HOA CỦA MỖI NGƯỜI

HOA CỦA MỖI NGƯỜI
DIỆU KIM

DIỆU KIM

NGUYỄN MINH TIẾN
hiệu đính và giới thiệu

Hoa của mỗi người

CHIA SẺ KINH NGHIỆM TU TẬP PHẬT PHÁP

NHÀ XUẤT BẢN LIÊN PHẬT HỘI
UNITED BUDDHIST PUBLISHER (UBP)

LỜI GIỚI THIỆU

Cuộc sống mỗi ngày quanh ta hàm chứa biết bao điều kỳ diệu, biết bao điều cần được khám phá. Dù vậy, hầu hết chúng ta thường để mình cuốn trôi theo dòng đời mà không mấy khi dừng lại để nhìn ngắm, để nhận thức một cách sâu sắc về những gì xảy ra quanh ta. Để rồi một hôm nào đó, khi tâm hồn ta thật tình cờ có được một đôi phút giây tĩnh lặng và sáng suốt, ta mới bất ngờ nhận ra những ý nghĩa thật sâu xa nằm ngay trong những điều đơn giản nhất quanh ta. Và những phút giây trực nhận hiếm hoi này đôi khi có thể thực sự làm thay đổi cả những nhận thức bó hẹp và khô cứng của ta về cuộc đời. Những phút giây này là cực kỳ quý giá, vì thật ra thì đó hoàn toàn không phải sự tình cờ mà chính là sự kết tinh của rất nhiều trải nghiệm trong đời sống. Xét theo một ý nghĩa nào đó, đây chính là những cơ hội hiếm hoi để giúp ta làm thăng hoa cuộc sống thế tục này. Và xét cho cùng, mọi nỗ lực hướng thiện của mỗi chúng ta đều là để có thể tạo ra ngày càng nhiều những phút giây như thế.

Người nghệ sĩ với bản năng thiên phú thường đạt đến sự trực nhận ý nghĩa đời sống theo cách như trên dễ dàng hơn so với những người khác. Điều đó thường xuất phát từ tâm hồn nhạy cảm và sự khát khao nhận thức cái đẹp, cái chân thật. Và từ đó, họ thể hiện ra thành những dòng nhạc, những nét vẽ, những vần thơ... có khả năng dẫn dắt hoặc gợi mở cho mọi người cùng đạt đến những cảm nhận chân thật và tốt đẹp như họ.

Các nhà văn chân chính bao giờ cũng là những nghệ sĩ

như thế, và thậm chí họ còn có một thiên chức khác biệt, mạnh mẽ hơn khi ngòi bút của họ luôn được sử dụng trong nỗ lực hướng đến xây dựng một cuộc đời tốt đẹp hơn, hoàn hảo hơn. Những niềm vui mà họ mang đến cho người đọc hay những nỗi đau mà họ gợi lên qua ngòi bút đều hướng đến mục đích làm thức tỉnh những tâm hồn sa ngã và khích lệ những con người hướng thiện, cũng như chia sẻ cùng người đọc những kinh nghiệm quý giá mà họ đã phải đánh đổi bằng năm tháng của chính cuộc đời họ.

Trong mắt tôi, Diệu Kim là một nhà văn như thế, và những gì chị viết ra hẳn cũng có thể chứng minh cho điều đó. Diệu Kim không viết về những ước mơ lý tưởng nhưng xa rời cuộc sống, cũng không than vãn về những đắng cay khó nhọc vẫn còn bao phủ quanh những kiếp người. Chị viết về tất cả những gì rất gần gũi, rất thân quen trong cuộc sống của hầu hết chúng ta, về những gì mà bất cứ ai cũng từng trải qua trong cuộc sống, nhưng thấp thoáng sau những nét bút của chị ta luôn có thể dễ dàng nhận ra những ước mơ tươi đẹp ngời sáng và cả những nỗi đau cần cảm thông, chia sẻ. Nhưng vượt trên tất cả và bao trùm lên tất cả là một bầu không khí lạc quan và hướng thiện, điều chỉ có thể có được ở những tâm hồn đã nhận thức rõ một hướng đi chân chính cho suốt cuộc đời mình. Vì thế, chúng ta sẽ không lấy làm lạ khi thấy trong những bài viết của chị luôn thấm đẫm tinh thần Phật giáo, luôn hàm chứa những ý tưởng sâu xa và những lời dạy chân xác của đức Phật.

Xuất thân từ vùng quê Đồng Tháp của miền Tây Nam bộ, lớn lên thành một học sinh giỏi văn của tỉnh và sau đó tốt nghiệp Đại học Văn khoa ở vị trí thủ khoa, nhưng cuộc sống trôi dạt từ quê lên thành của Trần Thị Hoàng Anh - tên thật của Diệu Kim - từng trải qua không ít những long đong lận đận. (Mà liệu có mấy ai trong chúng ta không phải long đong lận đận giữa cuộc đời này?) Là một phóng viên chuyên nghiệp của báo Thanh Niên, nhưng chị viết báo chỉ như một phương tiện để mưu sinh, vì bao nhiêu nỗi niềm say mê và nhiệt huyết được chị gửi trọn vào những chuyến đi về vùng nông thôn quê nghèo để sẻ chia tất cả những gì mà chị thấy là tốt đẹp nhất. Nhiều thế hệ trẻ đã lớn lên với sự góp phần yêu thương, giáo dục và chăm sóc của chị, vật chất lẫn tinh thần. Và chính kinh nghiệm có được từ những chuyến đi lăn xả "bạt mạng" này đã giúp cho ngòi bút của chị luôn tràn đầy sức sống, luôn đau đáu một nỗi niềm yêu người, thương đời...

Diệu Kim rất ít khi ký tên thật, trừ ra trong một số truyện ngắn. Dường như chị thích cái pháp danh Diệu Kim vì nó gắn liền với đời sống tâm linh của chị. Ngay cả khi viết báo chị cũng thường ký tên Hoàng Kim - kết hợp một phần cái pháp danh Diệu Kim trong đó. Chính sự gắn bó với đạo pháp và tấm lòng yêu người thương đời đã dẫn chị đi sâu vào nghiệp viết văn, mà hầu hết là văn chương Phật giáo. Chị đã từng đoạt giải trong cuộc thi truyện ngắn do báo Giác Ngộ tổ chức vào năm 1997 và có rất nhiều bài đăng trên tờ báo Phật giáo này.

"Hoa của mỗi người" là một tuyển tập gồm những bài viết từ nhiều năm qua. Có những bài mới viết gần đây, nhưng cũng có những bài đã được viết từ khoảng năm 1995, nghĩa là cách đây gần 15 năm. Trong suốt quãng thời gian này, hương đạo tình đời như đan xen lẫn nhau trong cuộc sống của chị, và tất cả đều được tái hiện một cách tài tình, khéo léo trong những bài viết này.

Nói thật lòng, tôi không tìm thấy ở Diệu Kim những câu văn, đoạn văn khả dĩ có thể gọi là trác tuyệt, nhưng cái tình người mênh mang hồn hậu chất chứa trong một văn phong mộc mạc giản dị lại như làm nên một nét rất duyên dáng, độc đáo mà dường như tôi chưa từng gặp ở các nhà văn khác. Cứ như là cái vạt áo bà ba duyên dáng dưới vành nón lá nghiêng nghiêng trên cánh đồng quê thơm mùi rạ mới, tuy chẳng có gì là hoa mỹ diễm kiều nhưng lại dễ dàng cuốn hút trọn vẹn tâm tình người du khách.

Đến với những bài viết của Diệu Kim, người đọc sẽ tận hưởng được cái không gian bao la mà thân quen gần gũi của đất trời quê hương, cái tình cảm chơn chất nhưng hết sức nồng nàn của những người dân quê Nam bộ. Nhưng không chỉ thế, dưới mắt nhìn của Diệu Kim thì ngay giữa chốn thị thành đô hội cũng không thiếu những tấm lòng thương yêu chân thật. Vấn đề ở đây là chúng ta phải biết sống và nhận thức như thế nào để không bỏ lỡ đi những cơ hội chia sẻ quý giá mà cuộc đời mang đến. Và chính vì thế, hạnh phúc chân thật của mỗi người chúng ta không bao giờ là món quà tặng ngẫu nhiên của cuộc đời, mà luôn là kết quả của một nhận thức đúng thật về thực tại đời sống quanh ta cũng như một nỗ lực sống chân chính để mang lại niềm vui cho chính mình và người khác.

Và có lẽ cũng vì mục đích mang lại niềm vui cho chính mình và người khác mà tập tùy bút này đã ra đời. Liệu tác giả có đạt được mục đích này hay không, điều đó hẳn còn tùy vào sự đánh giá của từng người đọc. Riêng tôi, quả thật tôi đã rất lấy làm vui mừng khi viết những dòng giới thiệu này. Tôi chân thành hy vọng là người đọc sẽ không phải hối tiếc khi dành thời gian đọc tập sách, bởi ít nhất thì nó cũng có thể mang lại cho mỗi chúng ta một vài niềm vui nho nhỏ và đôi phút tĩnh lặng suy ngẫm về những gì đang diễn ra quanh ta, để từ đó sẽ tạo thành điều kiện cho đóa hoa tâm của mỗi chúng ta một lần hé nở, thực sự làm nên "hoa của mỗi người".

Trân trọng,

NGUYỄN MINH TIẾN

PHẦN I

HOA CỦA MỖI NGƯỜI

PHẬT GIÁO TRONG TÔI

Chân lý chỉ có một, nhưng mỗi người đến với chân lý bằng một con đường khác nhau. Dù bằng con đường nào đi nữa thì đó cũng là hạnh phúc lớn nhất trong cuộc đời khi may mắn tìm được giữa đêm đen một ngọn đuốc soi đường. Con rùa mù gặp được bộng cây đã khó, nhưng người sinh ra gặp được Phật pháp còn khó hơn.[1] Muôn nghìn lần tri ân Phật, tri ân thầy tổ, tri ân bạn bè đồng đạo, tri ân cả cuộc đời thăng trầm của tôi, đã dắt dìu tôi đi qua những chặng đường dài.

Tôi sinh ra ở một vùng quê nghèo nhưng ruộng vườn xanh mướt, thênh thang, dưỡng nuôi sự hồn nhiên và phóng khoáng. Vùng quê ấy còn là mảnh đất Phật giáo, dưỡng nuôi chất thuần hậu, hiền lương của người dân. Trong ký ức tuổi thơ tôi, rõ ràng như mới hôm qua, là bóng chùa thấp thoáng sau tàn lá xanh xanh, là tiếng chuông ngân nga thanh thoát, là hương của bông sen, bông trang ướp đẫm trời chiều. Những ngày rằm tôi theo ngoại lên chùa, nghịch ngợm với những chú quy có chiếc mai màu vàng, cho chú ăn chuối rồi lật ngửa chú lên, mặc cho chú huơ huơ bốn cái chân chậm chạp cầu cứu, sau đó lật mình lại được rồi len lén bò đi, không hờn không dỗi. Bây giờ trở lại chùa xưa, mấy chú quy đã theo hầu sư ông bên kia cõi Phật, chỉ còn lại ngọn tháp lặng lẽ trong gió đồng bằng chở tình yêu về với hư không...

---

[1] Ví dụ được sử dụng trong nhiều kinh điển để nói lên sự khó khăn để có được thân người và gặp được Phật pháp. Ví như có con rùa mù cứ trăm năm mới nổi lên mặt biển một lần, lại có một khúc cây có lỗ bộng cũng trăm năm mới trôi ngang qua chỗ con rùa một lần. Như vậy, khả năng con rùa có thể gặp và chui được vào bộng cây là cực kỳ hiếm có, rất khó xảy ra. Thế nhưng, đức Phật dạy rằng việc chúng ta được sinh ra làm người và gặp Phật pháp rồi tin nhận và tu tập là còn hiếm hoi và khó khăn còn hơn thế nữa.

Phật giáo khởi đầu trong tôi như thế, vô tư, không ràng buộc giáo điều, không mảy may suy nghĩ. Sư ông gởi cho tôi tờ phái quy y có ghi cái tên Diệu Kim lạ hoắc, tôi bật cười cất nhanh vào tủ, rồi chẳng còn biết nó lưu lạc nơi đâu. Miền quê nào chẳng vậy, quy y đến đó thì thôi, những đứa cùng tử như tôi cũng lưu lạc như mảnh giấy kia giữa chợ đời nhộn nhạo.

Nhưng may cho tôi, cuộc đời đưa đẩy làm sao tôi lại về công tác tại thị xã Sa Đéc vào đúng giai đoạn Phật giáo tỉnh Đồng Tháp đang hồi cực thịnh. Tôi bước chân đến ngôi chùa Bửu Quang của Tỉnh Hội vào đúng ngày Phật Đản và nghe được bài pháp đầu tiên trong đời. Như có một luồng điện chạy qua người, tôi cảm nhận mình đang tắm trong một vầng ánh sáng choáng ngợp. Cái cảm giác ấy không bao giờ trở lại nữa sau này. Nhưng bù lại là những tháng ngày hạnh phúc khi tôi được ngồi nghe thầy giảng, được cầm quyển sách lên chiêm nghiệm từng lời Phật dạy.

Tôi học với nhiều thầy, những vị giảng sư của Đồng Tháp và các tỉnh lân cận, chăm chú không dám bỏ lỡ từ bài học vỡ lòng dễ nhất. Như con kiến kiên nhẫn nhặt từng hạt tấm nhỏ nhoi, tôi tranh thủ từng giờ phút nghỉ ngơi giữa công việc bộn bề để đi học Pháp. Học được bao nhiêu vui bấy nhiêu, giằng co với cơm áo gạo tiền, chứ không dám nghĩ mình sẽ theo đuổi trọn vẹn. Lại càng không dám nghĩ mình sẽ có ngày làm được cái gì cho thầy, cho Phật, để đáp đền ơn đức quá lớn lao đã nuôi dưỡng tâm hồn tôi trong những ngày bơ vơ, khốn khó...

Chớp mắt mà đã mười năm...

Mười năm tôi vẫn phải chạy theo cái nghiệp đời mình đã trót gieo. Nhưng mười năm ấy khác hẳn những tháng ngày trước kia. Tôi như có thêm tai, thêm mắt để nhìn đời; bình tĩnh hơn trước những vô thường, nhân quả, và có sức mạnh hơn để sống cùng muôn nghìn cái khổ...

Và tôi bắt đầu ước mơ thoát khỏi cái vòng quẩn quanh của

"cái tôi" nhỏ bé, ước mơ làm được điều gì đó cho những người chung quanh mình bằng một tấm lòng yêu thương chân thực.

Tôi nhớ, hồi còn ngồi ghế nhà trường tôi đã đọc ở đâu đó một câu rằng: "*Nếu không làm được trăng sao chiếu sáng cả bầu trời, thì hãy làm một ngọn đèn nhỏ đủ thắp sáng một căn phòng.*" Không ngờ câu ấy lại trở về với tôi. Và tôi mỉm cười bước vào đời với hành trang là ngọn đèn nhỏ xíu trong tim.

Tôi đã chọn cho mình những việc làm rất nhỏ, trong tầm tay, không ước mơ cao xa, huyễn hoặc. Một cuốn tập cho em bé học trò nghèo, một cái áo cho cụ già neo đơn, một câu an ủi cô bạn thất tình... Rất nhiều thứ nhỏ nhoi như thế, góp phần xoa dịu những nỗi buồn, góp phần mang lại những niềm vui. Nhiều người luôn nghĩ rằng họ đang bất hạnh và không có gì để cho người khác. Nhưng tôi lại nghĩ, mình có quá nhiều hạnh phúc mà mình không biết. Đừng nhìn mãi vào cái chưa có, hãy nhìn vào cái đã có, và cứ cho đi rồi sẽ thấy mình "giàu" và hạnh phúc vô cùng. Thậm chí mình đâu đã nghèo đến nỗi thiếu một nụ cười?

Và tôi đặc biệt quan tâm đến nông thôn, vùng sâu vùng xa, nơi tôi đã từ đó ra đi. Bởi vì đất nước ta nông thôn chiếm đa số, chính mảnh đất rộng lớn ấy mới có nhiều việc cho chúng ta thực hiện. Tôi thấy mình may mắn được học hành cũng như được tiếp cận kho tàng giáo lý tuyệt vời của Đức Phật, thì mình càng phải thương những người dân quê thiếu thốn điều kiện học tập.

Đừng nghĩ rằng người dân ở vùng "biên địa" cái nghiệp nặng lắm, khó học pháp lắm. Tôi vốn là một nhà báo, có cơ hội đi nhiều, tiếp xúc với nhiều đối tượng, tôi lại tin rằng họ hoàn toàn có thể tiến bộ, không đến nỗi quá yếu kém như nhiều người vẫn thành kiến. Đành rằng ở nông thôn có những hạn chế nhất định, nhưng không phải là hoàn toàn không thể cải thiện. Nếu chúng ta thực lòng yêu thương người dân, thực lòng muốn giúp họ đến với ánh sáng Phật pháp, thì chúng ta sẽ tìm ra con đường sáng tạo, và đặc biệt, chư Phật sẽ gia hộ cho chúng ta. Tôi tin ở sự cảm ứng này. Tôi tin ở Đức Phật, một lòng thành kính hướng về Ngài, vì Ngài không bao giờ bỏ rơi những đứa con hết lòng vì cuộc sống.

Trong nỗi ưu tư cũng như trong niềm tin ấy, tôi đã mạnh dạn thử nghiệm những bước hoằng pháp đầu tiên cho nông thôn quê tôi. Quả là không phụ lòng tin cậy của tôi, những bà con Phật tử, những em thiếu nhi, đã có nỗ lực đáng khâm phục. Họ say mê học Pháp, họ trong sáng làm theo lời Phật dạy. Bản chất thuần lương của họ lại chính là ưu điểm mà người thành phố không sánh được. Nhìn những em thiếu nhi thuộc làu làu những bài học về Tam quy, Ngũ giới, Thập thiện nghiệp, Vô thường, Nhân quả, Tứ nhiếp pháp... tôi mừng muốn rơi nước mắt. Tuổi thơ của tôi chỉ dừng lại ở tờ phái quy y, còn các em bây giờ đã vượt xa hơn, có một kiến thức chân chánh để không rơi vào mê tín, để trở thành những công dân tốt trong tương lai, biết làm điều thiện, biết cống hiến cho xã hội, đem hạnh phúc đến cho người chung quanh.

Ngoài chuyện học Phật pháp, chúng tôi còn tổ chức cho các em những trò chơi, sinh hoạt tập thể, ca hát, câu đố cây cỏ, câu đố lịch sử, địa lý v.v... làm nên không khí vui tươi, lành mạnh và sinh động ở vùng nông thôn xa xôi. Chúng ta đang giữ gìn lớp trẻ, chống lại móng vuốt khủng khiếp của ma túy và các tệ nạn khác, thì Phật giáo có thể góp phần quan trọng trong vấn đề này. Người Phật tử đi tìm cái "tĩnh" trong tâm hồn, đi tìm sự giải thoát cao siêu nhưng cũng không xa rời cuộc sống, vẫn đồng hành với con người trên đường thoát khổ, không thờ ơ trước những vấn đề bức xúc của xã hội. *Chân đế* là tuyệt đẹp và vĩnh hằng, nhưng *Tục đế* vẫn hiện diện trong từng ngày ta đang sống. Mỗi người góp một bàn tay tích cực dựng xây thì chính mảnh đất này sẽ là Cực lạc, có đâu xa!

Và tất cả những điều nhỏ bé đó tôi xin dâng lên Đức Phật, dù cảm thấy chưa đủ để đáp đền ơn đức của Ngài đã cho tôi ngọn đuốc sáng, sáng cả cuộc đời. Cũng chưa đủ để đền ơn thầy tổ đã cho tôi những giọt mưa Pháp mát lành. Chợt thấy chạnh lòng, một kiếp người ta "nhận" biết bao nhiêu, nhận của Đức Phật, của thầy, của cha, của mẹ, của anh em, bè bạn, đồng bào, của cả nhân loại và chúng sanh... Vậy mà mình đã "cho" được bao nhiêu?

HOA CỦA MỖI NGƯỜI

Ngày rằm, tôi đi mua hoa cúng Phật. Chen chúc mãi mới chọn được một bó hoa vừa ý giữa rừng người. Chạy một đoạn... Đồ đạc cồng kềnh, bó hoa rơi từ xe honda xuống mặt đường, nằm ngay giữa lộ. Tôi hốt hoảng ngồi nhìn, không thể quay đầu xe lại. Một chiếc tải nhỏ trờ tới, bánh xe đúng ngay bó hoa xinh đẹp. Tích tắc thôi, những nụ hàm tiếu sẽ bị nghiến nát. Tôi bất lực, rưng rưng...

Nhưng không, chiếc tải nhỏ chợt lách một đường cong tuyệt khéo. Bó hoa lọt thỏm giữa hai hàng bánh đen sì. Chiếc tải vừa lướt qua, thì một xe ba gác nối đuôi. Cũng nhẹ nhàng lách sang, giữ cho những đóa hoa nguyên vẹn. Rồi chiếc xích lô có một gương mặt khắc khổ chợt nở nụ cười khi nhìn xuống mặt đường ánh màu hồng thắm. Cuối cùng là chiếc ô tô bóng loáng, sang trọng, chạy chậm lại cho hoa ra khỏi gầm xe không hề suy suyển.

Tôi như ngưng thở theo từng nhịp bánh xe lăn. Và một bóng áo xanh đã bước ra đường nhặt bó hoa lên đưa tận tay tôi. Trên ngực áo anh là bảng tên bảo vệ của một khách sạn nhỏ gần đó...

Suốt đường về, màu hoa cứ lung linh trong mắt tôi, và hương hoa như phảng phất giữa phố phường khói bụi. Người ở đâu, Phật ở đâu? Đóa hoa này không chỉ của riêng tôi cúng Phật, mà có biết bao tấm lòng gửi gắm trong từng hành động đơn sơ, không phân biệt sang hèn.

Tôi thắp hương, thấy trong mỗi cánh hoa có gương mặt ta và gương mặt người cùng thấp thoáng. Ta và người không khác, thế thì cái "ngã" nào đã ngăn che khiến cõi đời này không tươi thắm như hoa?

THIỀN HOA

Bé Khoa, cháu tôi, mới vô nhà đã thốt lên: "Nhà cô Hai dưới bếp cũng có hoa kìa mẹ!" Và Khoa bắt đầu đi đếm những lọ hoa. Bàn thờ Phật một lọ, rồi đầu tủ lạnh, trên bàn ăn, trên tủ chén, trong phòng ngủ, cuối cùng là lọ cúc vàng tươi đặt ngay góc bếp. Tôi đứng nấu nướng, lặt rau cũng thấy màu hoa tung tăng rơi vào mắt mình. Tôi cười: "Khoa còn chưa đếm những chậu hoa cô Hai trồng ngoài ban-công."

Ban-công nhỏ xíu nhưng cũng chen chúc muôn hồng nghìn tía. Hồng son đỏ như môi em gái, cứ tàn nụ này lại đâm nụ khác quanh năm. Thanh mai nhỏ chúm chím năm cánh màu xanh pha tím rất lạ, lá xinh xinh như rau đắng ở đồng. Bông bụt tây trái lại, to bằng cái chén, vàng ươm, nở bông nào là nổi bật áp đảo cả vườn. Nhưng đến chiều thì bông co lại, rụng xuống, đúng như câu "*sớm nở tối tàn*". Hoa chuỗi ngọc tím li ti như một lời yêu thương e ấp thì thầm nhưng xao xuyến cả lòng. Và hoa lài thì trắng trong tinh khiết, hương bay lùa vào cửa sổ lâng lâng. Có lần sư thầy ghé nhà, tôi pha trà dâng thầy, hái vài nụ lài thả vào bình sứ, áo nâu sòng chợt thơm cả chiều xuân...

Mỗi tháng, trong sổ chi tiêu của tôi đều có một khoản nhất định dành cho hoa. Mà đôi khi, chẳng cần tốn kém bao nhiêu vẫn có một lọ hoa xinh xinh rất lạ. Như bụi trầu bà mọc dúi vào góc tường cơ quan, tôi bứng về thả vô chiếc lọ hoa văn cách điệu một chút, thế là "*sang trọng*" hẳn ra, lại không mất công chăm sóc, chỉ lưng lửng nước lạnh là lá xanh rờn suốt mấy tháng. Những chiếc lá hình trái tim thon thả, có đường gân trắng mờ, dịu dàng quá đỗi. Hoặc vài nhánh cỏ lan chi được cô bán hoa "khuyến mãi" khi tôi mua mấy nhánh hoa *lys* đắt tiền cúng Phật, tôi đem cắm riêng vào một lọ màu nâu mật ong, lá cỏ xòe ra yểu điệu lạ lùng. Hay một lọ gỗ mang dáng dấp cao nguyên hoang sơ, chỉ cần vài nhánh lá măng li ti là trở thành một thảo nguyên mát mắt.

Thế đấy, chỉ cần nhặt nhạnh chút hoa cỏ chung quanh, tôi đã có thêm những sắc hương quyến rũ. Đi đứng góc nào trong nhà, mắt tôi cũng chạm vào hoa. Và tự dưng lòng mình dịu lại giữa phố phường khói bụi. Tự dưng mình nâng niu hơn những gì quanh mình, những gì cuộc đời ban tặng. Tự dưng muốn trả lại cho đời những gì yêu thương nhất của lòng mình... Hoa cỏ không lời, nhưng biết nói với những trái tim nào lắng nghe, đồng điệu.

Và buổi sáng, tôi thường ra ban-công tưới hoa, tạm quên những lo toan mà một ngày phải đối phó. Hạnh phúc ngay trong hiện tại, ngắm hoa chỉ biết có hoa. Mình đau khổ ư? Hãy nghĩ đến những người không có hoa để ngắm, hoặc tất bật từ sáng sớm đến tối mịt không còn chút thời gian. Thậm chí, có người không còn đôi mắt để trông thấy sắc hoa. Cảm nhận hạnh phúc trong tầm tay, đừng vọng tâm từ bỏ. Mười phút cho một ngày, đủ xua tan *stress*. Tôi gọi đó là "*thiền hoa*"!

XUÂN MUỘN

Vườn nhà có một cây mai nhỏ trong chậu, dáng cây khá đẹp. Gần Tết, bộn bề công việc đến nỗi quên lặt lá mai, thế là tôi đón tết không có màu vàng của đất phương Nam. Buồn, nghĩ mình không có duyên.

Rằm tháng giêng, ngơi việc, tẩn mẩn ra ngắm cây. Tiết trời vẫn đang xuân, chợt nghĩ, hay là thử lặt lá mai, biết đâu hoa sẽ tìm về. Những chiếc lá cứng khô, xỉn màu, quả thật xấu xí, dấu vết của một mùa đông héo tàn. Tôi rứt từng lá, cuối cùng thân cây trơ lại những cành khẳng khiu. Tôi hốt hoảng, chẳng biết có ra được hoa hay không, khéo mình lại giết luôn cây.

Mỗi ngày, tôi hồi hộp theo dõi từng mắt lá, chờ đợi sự hồi sinh. Đến sáng thứ ba thì rõ ràng... những chồi non màu nâu hồng đã nhú lên đồng thời với những búp xanh xanh tròn trịa tượng hình xinh xắn. Và đến cuối tháng giêng thì nụ chen chúc trên cành, điểm xuyết những chùm lá non tơ. Rồi một sáng nọ, những cánh mai muộn màng xòe ra vàng thắm một góc vườn, vàng hơn cả nắng xuân! Đất trời như bừng sáng, hoa cỏ chung quanh lặng lẽ nghiêng đầu đón nàng công chúa của đất phương Nam. Cái sắc vàng xua tan mọi ưu phiền trong tôi, cái sắc vàng thắp niềm tin giữa cuộc đời, như mặt trời ấm áp ban tặng những năng lượng vô cùng vô tận. Tôi đưa tay hứng một cánh hoa mỏng manh, thả nó vào trái tim tràn đầy tin cậy...

Hình như mỗi người chúng ta đều có lần quên lặt lá cho cây mai đời mình, để mùa xuân trôi qua trong lặng lẽ. Nhưng không muộn đâu, nếu còn chút hy vọng thì ta vẫn sẽ có mùa xuân. Hãy dành một phút giây nào đó chăm sóc lại khu vườn tâm hồn của mình, lặt đi những chiếc lá ích kỷ, tự ti, buồn phiền, hờn giận, tranh giành hơn thua danh lợi... Những chiếc lá ấy còn hiện diện trên cành thì hoa sẽ không bao giờ nở được. Và đừng lo xuân đến muộn! Bất cứ khi nào hoa nở là xuân hiện diện, là trời đất thắm tươi. Thà xuân muộn, còn hơn mãi mãi chẳng có xuân.

Nhưng đời người ngắn ngủi, có được bao nhiêu phút giây để ngắm hoa, để lặt lá cho cây mai trong vườn tâm của mình? Cho nên, rồi cũng phải nhanh chân lên, xuân chẳng đợi chờ...

THAM THỰC

Tháng giêng, tôi ăn chay. Con trai và hai đứa cháu cùng bắt chước ăn theo. Ăn đến ngày thứ mười lăm thì bắt đầu... oải. Nhưng không đứa nào muốn bỏ cuộc. Thế là, tôi phải xắn tay áo lên, trị cái tánh làm biếng. Tôi lăn vào bếp, động não nghĩ món này món nọ lạ miệng cho con cháu mình thưởng thức, có như vậy mới "*trường kỳ kháng chiến*" nổi.

Ngày thứ 16, nấu hủ tiếu chay. Mỗi đứa ăn hai ba tô. Ngày thứ 17, bún riêu, rau muống xanh rờn, giá trắng muốt, nhai rau ráu. Ngày thứ 18, súp nấm đông cô thơm lừng, lẫn bắp non xắt mỏng trăng trắng như những hoa cúc bé xíu trôi giữa dòng tuyệt đẹp. Ngày thứ 19, mì xào thập cẩm, nào màu vàng của bắp, màu nâu của nấm rơm, màu xanh biếc của súp-lơ, màu đỏ rực của cà rốt, thêm chút bột năng ướt mềm dịu lưỡi. Ngày thứ 20, bún bò Huế, đậm đà hương vị miền Trung, hít hà vì ớt, nhưng dưới đáy tô là rau giá tươi giòn. Ngày thứ 21, bánh canh bột lọc trong veo từng cọng, thả vào tô, chan nước súp ngọt lừ tự nhiên từ củ sắn, cải muối, nấm rơm, điểm chút ngò rí lá lăn tăn xanh rì và boa-rô phi dầu thơm ngậy mũi. Ngày thứ 22, lẩu Thái, cay xé lưỡi vị sa tế, vừa ăn vừa chảy nước mắt. Cũng đủ bò viên nâu nâu, tôm sú hồng hồng, mực trăng trắng của thương hiệu Âu Lạc. Nhưng hấp dẫn nhất là rổ rau to tướng đủ cả rau muống, kèo nèo, bắp chuối, đậu bắp, rau nhút, xanh rờn rờn, tươi roi rói. Dân Sài Gòn - Nam Bộ nói gì thì nói cũng mê ăn rau số một, và lẩu là món "chở" được rau nhiều nhất, no căng bụng vẫn không ngán vì đã được vị cay chua hóa giải.

Ngày thứ 23, bò bía, với củ sắn xào ngọt lịm, dặm nấm mèo giòn tan, cuốn trong lá rau xà lách nõn nà và rau thơm, lá quế, húng đất, tía tô, giấp cá đủ hương vị cay nồng ấm áp, cuối cùng bao bên ngoài là tờ bánh tráng Tây Ninh tròn vành vạnh như mặt trăng rằm, tráng vừa độ mặn độ dai, chấm nước tương chanh ớt đưa suốt đầu lưỡi. Kéo thêm em trai, em dâu, cùng ngồi xúm xít nhau bên chiếc bàn mà cuốn, mà chấm, lao xao kể chuyện trường học, chuyện cơ quan, cười giòn như pháo.

Ngày 24... thôi thôi, nhà mình biến thành nhà hàng rồi, mẹ ơi con thèm cơm! Ủa, ngán rồi hả con? Cơm đây, cơm đây, mì căn khìa sả ớt, canh mướp lẫn rau dền tía đơn sơ. Ngon quá mẹ ơi!

Nhìn con trai xì xụp với tô cơm to đùng và mấy đứa cháu húp canh lia lịa, thấy vui quá chừng vui. Hóa ra mình cũng có duyên với ông táo chứ nhỉ! Hồi đó, ghét nấu nướng công phu, ăn qua quít cho xong để còn thời gian học bài, xem kinh. Nhưng bây giờ, vì cái sự tu sơ cơ của con cháu mình mà mình ráng sức. Làm món ăn ngon để dẫn người ta bước vào đường tu, để đừng ăn mặn sát sanh, thì có khác chi hoằng pháp? Làm bất cứ việc gì mang đến lợi ích chân chánh cho chúng sanh thì đều là công đức, sao phải câu nệ ở nhà bếp hay pháp tòa, bục giảng? Xuống nấu bếp mà tâm hoan hỷ thì thức ăn ngon và thanh tịnh. Còn hơn lên pháp tòa mà tâm so đo, tính toán, thì làm sao người nghe cảm nhận được pháp thực?

Điều cuối cùng là, liệu tụi nhỏ ăn ngon như vậy sau này có đâm ra tham thực hay không? Chắc không sao, vì tu lâu ngày cái tâm sẽ thuần, không còn đòi hỏi những cảm thọ nữa. Quan trọng là ngay bây giờ, ngay trong mỗi ngày hôm nay, tụi nhỏ đã "tha bổng" cho biết bao con tép, con cá, thế là hạnh phúc rồi. Hạnh phúc trong hiện tại, Hòa thượng Nhất Hạnh đã dạy như thế, sao không nắm bắt ngay mà cứ nghĩ ngợi chi cho xa lắc xa lơ... Ừ nhỉ!

BÁC SĨ

Mười tám tuổi, tôi vào ngành y, nhưng hành trang cũ lại là cô học sinh giỏi văn của tỉnh. Những ngày thực tập ở bệnh viện, cảm nhận của tôi dường như không phải là cảm nhận của một người thầy thuốc...

Đi khoa ngoại, trước một ca vết mổ bị nhiễm trùng phải lau rửa rất đau đớn, tôi đã khóc trước khi bệnh nhân kịp nhăn mặt. Đi khoa nội, gặp một phụ nữ bị tạt axít vì ghen tuông, khắp người bỏng loét, khổ sở vô cùng, tôi cứ bần thần, và tự nhủ nếu ai đó tranh người yêu của tôi thì tôi xin nhường liền. Còn vô khoa sản, tôi đã đứng ngất ngây như bay khỏi mặt đất khi trông thấy một sinh linh bé nhỏ chui ra từ bụng mẹ. Ôi, điều kỳ diệu của tạo hóa! Đó không phải là một thực thể vật chất đơn thuần, mà là một phép mầu của tạo hóa! Tôi nghe tê dại từng tế bào trong mình, cảm nhận cái gì quá đỗi thiêng liêng! Tâm sự với mấy đứa bạn, tụi nó rờ đầu tôi: "Khùng!" Và cuối khoá, tôi là đứa sinh viên đỡ đẻ dở nhất.

Tôi luôn trầm tư về nỗi đau khổ của con người. Mười năm sau, tôi 28 tuổi, mới biết có một người đã trầm tư trước tôi hơn 25 thế kỷ, và đã tìm ra con đường cứu khổ cho nhân loại. Tôi càng hiểu rằng tất cả những thuốc men hôm nay không thể nào trị dứt những căn bệnh của thân thể, bởi vừa giải quyết xong bệnh đậu mùa thì đã xuất hiện AIDS, vừa xong bệnh phong cùi đã có ngay cúm gà thế chỗ... Trí tuệ của nhân loại cứ phải rượt đuổi những căn bệnh đến mệt nhoài, và khi tìm ra được thứ thuốc để trị nó thì cũng phải hy sinh biết bao mạng sống rồi. Vậy, cái bệnh đó là do nghiệp, có nghiệp là có bệnh, không cách gì thoát được. Muốn dứt nghiệp quả xảy ra, chỉ có con đường ngăn không cho nghiệp nhân tác tạo. Nghĩa là phải trị ngay từ cái gốc là "tâm bệnh", vì chính tâm bệnh mới tạo những nhân xấu, rồi đưa đến quả xấu, sanh lão bệnh tử trầm luân khổ ải.

Thế là, cuộc đời dun rủi, tôi giã từ ống tiêm để cầm cây bút, rồi cầm phấn bảng. Trong số học trò của tôi, có những em rất ngoan, nhưng cũng có những em là thành phần cá biệt. Tôi không thể chọn lọc rồi loại bỏ các em ấy, như kiểu các trường phổ thông hay làm để bảo vệ danh tiếng "trường điểm" của mình. Ngược lại, tôi cố tình chọn những em quậy phá và "mời" tới lớp. Bắt đầu một cuộc "chiến đấu" cùng những căn bệnh nặng như đánh lộn, chửi thề, nói tục, đánh bài, ăn cắp, đi chơi đêm, tập tành hút thuốc, uống rượu v.v... Lớn lên, những triệu chứng ấy có thể phát triển, di căn thành trộm cắp, mại dâm, đua xe, giết người, xì ke ma túy... Phòng bệnh hơn chữa bệnh, hoặc phải ngăn bệnh từ khi còn rất nhẹ. Và "bác sĩ" tôi chỉ có những vị thuốc như từ bi, dịu dàng, kiên nhẫn, luôn luôn nở nụ cười, hoặc chịu khó lắng nghe tụi nhỏ kể lể chuyện gia đình, từ đó biết nguyên nhân nào đẩy nó vào bế tắc, biết những nỗi đau thầm kín để mà an ủi, chia buồn...

Thỉnh thoảng, "bác sĩ" cho thêm vitamin là bánh kẹo, tập vở, cho bệnh nhân bồi dưỡng, khoái chí. Tất nhiên, cũng có khi bệnh trở nặng quá thì bác sĩ chích cho một mũi kháng sinh nhức nhối là rầy la hoặc quỳ hương. Thậm chí bác sĩ có thể... giận, không thèm nói chuyện, để bệnh nhân hoảng hồn chịu uống thuốc. Lâu lắm, cũng có trường hợp bác sĩ rạch cho một đường dao phẫu thuật là lấy roi đánh thiệt tình, nếu không cái mủ lì lợm, cứng đầu cứ mưng trong thịt trong tim, thành ổ áp-xe dữ tợn. Ngược lại, có khi bác sĩ biến thành cô hộ lý, làm luôn những việc như cắt móng tay, tắm rửa, chải đầu, bím tóc, khâu lại cái nút áo bị đứt... Bệnh nhân rưng rưng nhìn bác sĩ. Vậy rồi ngoan hơn, dễ thương hơn.

Một vài sư cô đến thăm lớp học, quá oải, lắc đầu. Tôi cười: "Chúng sanh là vậy cô ơi! Nếu họ ngoan hiền sẵn rồi thì đâu cần mình giáo hóa chi nữa. Chính vì họ nghiệp chướng nặng nề nên mình mới tới hóa độ. Ví như bệnh viện, phải tiếp nhận người có bệnh chứ không lẽ tiếp nhận người khoẻ mạnh, phải không cô? Và mình đang là vị bác sĩ chữa trị tâm bệnh chứ không phải thân bệnh. Mà bác sĩ cần ưu tiên cấp cứu những ca bệnh nặng. Chính những kẻ quá quậy như thế lại cần giáo hóa trước những người căn cơ hiền thục. Và con cũng không nóng vội. Một căn bệnh đơn giản như thương hàn mà còn trị cả tháng, lao phổi thì phác đồ lên tới 6 tháng, 9 tháng, còn ung thư thì kéo dài đến mấy năm trời. Chưa kể, bệnh còn tái đi tái lại nữa chứ đâu phải trị một lần là dứt. Vậy mình mới tiếp cận người ta có 2, 3 tháng dễ đâu đã kết quả có liền. Con cứ từ từ mà đi!"

Bác sĩ tôi thật tình cũng nhiều lúc muốn bó tay, nhưng rồi kiên nhẫn đi tiếp. Cứ "*tận nhân lực*" sẽ "*tri thiên mệnh*". Bác sĩ cứ xài hết các bài thuốc, chừng nào bệnh nhân không hồi phục thì lúc ấy mới dám nói là "*số phận*". Tôi nhớ "*bài thuốc*" đầu tiên là dụ tụi nhỏ viết câu *Nam-mô A-di-đà Phật*. Tôi giả bộ nói: "Nè tụi con, sư ông bên quận 7 nhờ cô viết câu niệm Phật này vô giấy để rằm tháng 7 đốt lên cầu nguyện cho mọi người. Nhưng cô không rảnh. Tụi con viết giùm cô đi. Cô thấy sư ông kêu mấy đứa bên quận 7 viết, mỗi tờ sư ông cho nó 2.000 đồng. Tụi con viết thì lãnh tiền mua bánh ăn." Tụi nhỏ nhao nhao đăng ký liền.

Tôi phát mỗi đứa 2 tờ giấy học trò, dặn viết mỗi hàng một câu niệm Phật, phải viết thật ngay thẳng, chữ đẹp, ai cẩu thả thì bị trừ điểm, trừ tiền. Mỗi tờ 4 trang, mỗi trang 22 hàng, vậy là 88 câu niệm Phật, 2 tờ là 176 câu. Chiều, tụi nó đem giấy tới lãnh tiền. Tôi bấm bụng chi mấy chục ngàn. Thì tôi đang áp dụng bài học trong truyện cổ Phật giáo, lấy vật chất dụ người ta tu, chừng nào họ giác ngộ thì thôi. Vài ngày sau, tôi giảm giá xuống, còn 1.500 đồng, tụi nó cũng chịu. Rồi vài ngày nữa, chỉ còn 1.000 đồng, vẫn ô-kê.

Khi thấy tụi nhỏ "*thấm màu*" rồi, tôi xoay qua "*bài thuốc*" thứ hai. Tôi khắc cái mộc đỏ có chữ "*Phước Huệ song tu*" và hình hoa sen, rồi đóng vô cuốn sổ nhỏ, phát mỗi đứa một cuốn, bảo tới chùa Long Nguyên tụng kinh. Mỗi tối tụng xong thời kinh thì tôi ký tên vào chỗ hoa sen, hoặc nhờ sư cô trong chùa ký xác nhận, cuối tuần tổng kết được bao nhiêu hoa sen thì lãnh quà tương đương. Quà là bánh kẹo, quần áo, cặp sách... Đứa nào cũng mừng. Những ngày đầu tôi phải dẫn tụi nhỏ đi tụng kinh. Trời ơi, tụng thì ít mà quậy phá thì nhiều! Nhưng rồi sau chúng cũng ngoan dần và có thể tự đi tụng một mình. Chùa khen ngợi lẫn mắng vốn xen kẽ, thôi thì cũng đỡ, cũng nhét được ít lời Phật dạy vào những cái đầu cứng cỏi.

Giai đoạn ba, tôi mở lớp giáo lý tại nhà, bắt học những điều căn bản nhất như Tam quy, Ngũ giới, Hiếu thảo, Thập thiện nghiệp... Học thêm cả tiếng Anh, ca hát... Cái nhà như cái chợ, có vui cười, có cãi lộn, có đánh nhau, có cảm ơn, có bi bô lời Phật dạy...

Và sau một năm thì tôi cho các em "*xuất viện*", bởi tôi còn nhiều lớp học khác để đi. Dẫu sao, những hạt giống Phật đã gieo cấy vào tâm thức kia nếu không trổ quả ngay trong kiếp này thì cũng sẽ xuất hiện vào những kiếp sau, còn hơn là không có hạt giống nào. Tôi không kỳ vọng quá cao vào các em, chỉ cầu mong các em có chút duyên với Phật pháp là đủ để người đi sau tiếp tục hóa độ. Tôi chỉ là người đưa đò một đoạn ngắn mà thôi. Sẽ có người dìu các em đi tiếp. Hay nói cách khác, tôi chỉ là "*trạm y tế tuyến xã*" tạm cấp cứu cho bệnh nhân rồi chuyển lên tuyến trên. Nơi đó có nhiều "*bác sĩ áo lam*" tận tình và tài giỏi hơn!

THỬ ĐI MỘT LẦN CHO BIẾT...

10g30 sáng thứ bảy...

Chuẩn bị đi Bến Tre. Quà cho tụi nhỏ nhiều quá, mấy bịch to tướng, xe bus không chịu chở đâu. Mấy lần chứng kiến nhân viên xe bus cằn nhằn khách, thậm chí la những người khách nhà quê chở đồ lên phố, chắc cho con đang đi học, thấy thương! Vậy mà luôn miệng quảng cáo "*Chúng ta cùng bus!*" Thôi, bây giờ chịu tốn tiền đi xe ôm từ quận 4 ra tới Xa cảng. Hai chiếc mới chở hết đồ, mất 60.000 đồng. Xót ruột. Lại còn nắng, mới đầu xuân mà gắt quá.

Ra Xa cảng, phải vác ba lô đi khá xa mới tới chỗ bán vé, rồi quay trở lại nhờ hai chú xe ôm vác quà ra xe đò. Nếu mình đi xe bus thì ai trông đồ cho mua vé, ai khiêng nổi suốt 200m? Có nhiều người hỏi: "Sao không thuê xe đi cho khỏe?". Trời đất, một buổi giảng mà tốn 700.000 đồng thuê xe, tiền đâu xài sang dữ vậy! Một năm tôi đi 20 lần, 5 năm là bao nhiêu tiền? Nhưng dù có tiền cũng không dám xài cỡ đó, trong lúc phải đi vận động kinh phí từng chút một. Năm 2004, thầy Phổ Hòa lén kêu Bác sĩ Minh thuê chiếc xe cho tôi đi, vì lần ấy giảng tới 5 lớp (tận dụng kỳ nghỉ phép thường niên kéo dài 1 tuần), và chở 12 thùng quà to tướng. Tôi biết được, la oai oái, rồi đi xe đò. Tiết kiệm được 500.000 đồng, nghĩa là mua cho các em được 500 cái bánh. Đi vận động kinh phí rồi mới biết, khó khăn lắm, cho nên phải tiết kiệm một chút.

12g30

Nói 12g xuất bến, mà thực sự giờ này mới ra khỏi cái *barie* chặn cổng. Bắt đầu chạy như rùa đây, vì sợ bắn tốc độ, mình đi hoài, quá quen cái điệp khúc rùa này!

Xe 50 chỗ, cũng có máy lạnh đàng hoàng, nhưng tắt ngúm. Khách ở quê, đặc biệt mấy chỗ "thiệt là quê" như Tam Nông, Hồng Ngự, Bến Tre, Lấp Vò, Bình Minh, không quen máy lạnh, cứ đòi mở cửa sổ cho gió mát. Nhưng mát nỗi gì, trời nắng chang chang, hắt từ đường nhựa lên rát bỏng da mặt. Lại còn bụi, trời ơi là bụi của hàng trăm hàng ngàn xe đò xe tải lưu thông suốt trên quốc lộ. Thỉnh thoảng, có một khúc đường đang làm dang dở, bụi đá mịt mù, hít vô một cái, cảm giác thiệt rõ cái phổi mình đóng thêm một lớp đen sì. Rồi mắt, rồi mũi, tóc tai, quần áo... Chao ôi cái cõi bụi trần! Không có bụi làm sao thành nhân gian cho Thượng toạ Thần Tú viết bài kệ: "*Thân là cây bồ đề. Tâm như đài gương sáng. Thường ngày hằng lau quét. Chớ cho dính bụi trần.*" Ờ, có bụi nên mình phải lau quét thôi.

Lại tẩn mẩn thương người nhà quê của mình. Đồng hương đồng khói chớ đâu xa. Mấy năm nay người nhà quê toàn đi xe xịn, từ 50 chỗ tới 25, 15 chỗ, nào *Mercedès*, nào *Toyota*, nào *Ford*, năm bảy trăm triệu là thường. Dân miền Tây có phước, chứ không như dân miền Trung chịu cảnh cơm tù, nhét người dưới gầm chở hàng, trói trên nóc xe, hoặc tháo ghế ra bắt khách ngồi chen dưới sàn. Nhưng khổ nỗi, người nhà quê mình chưa hiện đại kịp, và đầu tiên là dị ứng với cái máy lạnh. Thế là, chiếc xe mấy trăm triệu cũng phải mở cửa ra hứng bụi. Mà đóng cửa thì làm sao hút thuốc? Thôi, mở luôn đi cho phà khói vô tư! Đàn bà, con nít có sặc sụa cũng chẳng dám nói gì. Chỉ có đi xe Vĩnh Long, Sa Đéc, là hai tỉnh gần cầu Mỹ Thuận nhất, xem ra "văn minh" hơn cả. Xe máy lạnh răm rắp, ai mở cửa, hút thuốc đều được nhắc nhở, cả tài xế cũng nhịn thuốc 100%. Mới đầu, khách khó chịu, riết rồi quen, tự động chấp hành, khỏi nhắc. Mà thôi, từ nay thế giới kêu gọi tiết kiệm năng lượng, chắc phải tắt máy lạnh rồi đó. Chắc đến lượt người nhà quê thương lại dân thành phố khổ sở vì không quen chịu nóng, chịu bụi. Than ôi, mỗi ngày ở thành phố con hít bao nhiêu là bụi rồi dì ơi, còn dì lâu lâu đi xe mới hít nên dì... chưa ngán. Dì về tới nhà là có ngay cánh đồng xanh thăm thẳm và ngọn gió trong lành lọc ngay cái phổi giùm dì... Ủa, cãi nhau làm chi, muốn vậy thì về quê mà ở, ai cấm. Ừa, đã chọn ở thành phố thì ráng chịu. Thôi, đã nói là tiết kiệm năng lượng cho thế giới thì vui vẻ đi.

Ngủ nghen. Niệm Phật thầm trong đầu rồi từ từ ngủ. Cảm ơn ông tài xế xe này không mở nhạc um sùm. Mấy ông khác "tra tấn" tôi suốt 4 tiếng đồng hồ bằng thứ nhạc trẻ thời thượng, ca từ thì vô duyên, còn giai điệu thì rẻ tiền lại ầm ĩ, nhức buốt cả đầu. Đi xe, sợ nhất là nghe nhạc kiểu đó.

14g

Giấc ngủ vừa lơ mơ thì nghe gọi: "*Xuống xe qua phà bà con ơi!*" Phà Rạch Miễu bắc từ Mỹ Tho, qua bên kia sông mới là địa phận Bến Tre. Vác ba lô bước xuống. Má ơi, nắng kinh khiếp! Đầu choáng váng, quay một vòng. Ba lô nặng quá, đau điếng cái "*vai gầy*" mà hồi xưa có người thường âu yếm gọi. Vài bộ đồ thì lẽ ra không nặng đến thế, nhưng vì chất thêm giáo trình, giáo án, sổ điểm, 50 bộ đề thi dày cộm, rồi một xấp mẫu tranh tô màu, rồi máy cassette, băng ca nhạc để dạy các em hát hò, sinh hoạt... Ráng đi! Xuống tới phà, thở khì, và len lén đặt ba lô lên yên sau của một chiếc honda cho nhẹ tay. Hai đứa con trai con gái còn trẻ măng, chở nhau, ngồi sát tới nỗi cái yên còn dư một khúc. Tụi nó cứ tự nhiên rúc rích cười nói thì thầm, coi bộ hạnh phúc quá chừng. Chắc nhiều người chướng mắt. Nhưng thôi, kệ tụi nó. Biết đâu những ngày vui này sẽ rất ngắn ngủi, rồi tụi nó sẽ phải đương đầu với bao nhiêu đau khổ, lo toan. Chúc cho tụi nó được như vầy hoài, còn hơn chứng kiến cảnh cắn đắng, chia tay.

Dòng sông rộng quá. Phà chạy rất lâu. Gió sông thổi tung bay vạt áo. Gió chợt làm se buồn. Cứ mỗi lần nghe gió, nghe mưa, tâm thức bỗng mênh mang một điều gì không rõ, chỉ biết là buồn. Nắng chấp chới trên mặt nước, bến bãi mờ xa tít tắp. Đất đồng bằng quen thuộc, cứ bước ra là gặp những dòng sông tuổi thơ trôi dài theo năm tháng... Mình đã đi qua những chuyến phà cuộc đời, giã từ tuổi thơ, đâu còn quay lại được...

Phà cập bến. Đi dọc theo chiếc cầu, nhìn xuống bãi đất bùn lộ ra vì nước ròng, tuổi thơ lại níu chân lần nữa. Những bãi bùn ẩn giấu những con hến bé xíu ngày xưa tôi thường bắt đem về cho bữa cơm gia đình. Nhà nghèo, quanh năm chỉ biết con hến con cua con cá, còn miếng thịt quả thật xa vời. Hai chị em tôi trở thành những đứa trẻ quê thực sự, suốt ngày lặn hụp nơi bến bãi, mương đìa, quên mất cái gốc thị thành nơi mình đã chào đời. Tôi có thể nhìn mặt bùn mà biết nơi nào có lỗ thở của con hến, chỉ cần đưa nhẹ ngón tay xuống vít lên là được một chú rất to, không cần phải dùng cả bàn tay mà bóp bùn hoặc lấy rổ cào như lũ mới "vào nghề". Tôi kiên nhẫn bắt đến khi nào đầy rổ mới chịu thôi, coi như một "định mức" mà tôi tự đặt ra cho mình và phải hoàn thành.

Ngược lại, thằng Dũng em tôi lại không chịu tỉ mẩn như thế, nó thích làm cái gì cho nhanh, có nhiều mới ham. Bảo nó bắt hến, nó miễn cưỡng xuống bãi, rồi nhắm hơi hơi vừa đủ bữa ăn liền dông lên bờ. Nó nói, mấy con hến nhỏ xíu, chán thấy mồ. Nó bươn bả đi tát mương, bắt cá lóc cá rô bự hơn, hoặc lùng sục trong đám lục bình dù lúc 5g sáng trời lạnh như cắt để xúc lên những con cá bống dừa tròn vo hấp dẫn. Tính cách của hai chị em đã hiện ra rất rõ từ dạo ấy. Sau này, tôi lớn lên, kiên nhẫn góp nhặt từng đồng lương và nhuận bút nhỏ nhoi để sống, xây nhà, còn em tôi sau thời gian đi bộ đội đã dấn thân vào những chuyến đi buôn ở Campuchia, có cả sòng bạc may rủi và cả những bãi đào vàng nghiệt ngã, để cuối cùng chết trẻ vì căn bệnh sốt rét ác tính. Nhìn bãi bùn mà nhớ em, nhớ một thời cơ cực nơi bến sông nghèo...

15g

Lại một chuyến phà. Phà Hàm Luông. Xe đậu rất xa bến, vác ba lô đi mệt mỏi, lòng cứ lo liệu vài năm nữa còn sức để đi hoằng pháp vùng sâu vùng xa như thế này hay không? Cầu mong một thế hệ trẻ lớn lên, tình nguyện xông pha về quê, để tôi có thể yên lòng dừng bước. Tôi đâu có sợ cực, chỉ sợ mình không còn sức mà đi. Cho nên, đặt hy vọng vào người trẻ mai sau.

15g30

Xe đò thảy tôi và mấy bọc đồ to tướng xuống ngã tư Cái Quao, qua khỏi thị trấn Mỏ Cày gần chục cây số. Từ Cái Quao, tôi đón xe ôm vô xã. Anh honda ôm chừng ba mấy tuổi, sốt sắng chất hết đồ lên xe, thật tài tình, trong khi ở Sài Gòn mấy anh xe ôm cứ loay hoay rớt lên rớt xuống, rốt cuộc phải tốn hai xe. Người quê chịu cực giỏi hơn mà! Và anh ta cứ sợ tôi ôm giỏ nặng, khăng khăng treo hết cho tôi nhẹ tay. Tội nghiệp, chạy xe mà có cái tình! Nghe tôi vô chùa, anh càng sốt sắng. Nhưng chạy mãi, hết đường nhựa, tới đường đá nhỏ, tới đường cát, còn vết nước lầy lội, rồi tới đường đất nhỏ xíu... vẫn không thấy chùa đâu. Tôi gọi di động vô nhà Phật tử của sư cô, người ta chỉ đường. Chao ôi, khi con đường đã cụt ngọn thì chùa mới hiện ra. Nghĩa là, tới nơi tận cùng của cái ấp 50 xã Bình Khánh Đông, đi vài chục bước là ra bến sông luôn. Sư cô dám về nơi này hở Sư cô?

16g30

Sư cô cười: "Còn may lắm đó! Kim về hôm qua là phải lội nước bì bõm. Triều cường dâng nước biển lên mấy bữa nay, ngập hết mấy liếp rau, chết ngắt, rồi tràn vô nhà bếp. Sư cô đang rầu, sợ Kim về cực quá!" Anh honda ôm cũng vừa chỉ cho tôi những ngấn nước trên đường và nói nước mới rút hồi sáng. Tôi nhìn ra liếp rau muống tong teo bên phía trái chùa, chẳng còn cọng nào ngóc đầu lên nổi. Một dì Phật tử nói: "Ở đây nước mặn lên hoài cô ơi, chỉ có cây dừa là sống được."

Tôi đã thấy những hàng dừa xõa bóng dọc đường làng và những cụm dừa nước xanh rì dùng để chằm lá lợp nhà. Chợt nhớ câu hát "Ai đứng như bóng dừa, tóc dài bay trong gió, có phải người còn đó, là con gái của Bến Tre..." Nhưng cuộc sống thực không thi vị như thế đâu. Cây dừa gánh biết bao nỗi niềm của người nông dân, vì tất cả đều trông đợi vào cây dừa. Một chục 12 trái chỉ có 18.000 đồng, còn tuốt lá ra lấy cọng bán cho thủ công mỹ nghệ thì một ký chỉ 2.000 đồng. Trời ơi, tưởng tượng 1kg cọng thì tuốt mất cả ngày trời! Sư cô buồn buồn: "Nhà nghèo nhiều lắm Kim ơi. Thấy thương lắm. Cả xóm đông vầy mà chỉ có 2, 3 cái nhà tường, nhờ con cái đi làm ở thành phố gởi về." Những túp lá xiêu vẹo bên dòng kinh đã rơi vào mắt tôi từ lúc nãy. Cho nên, khi tôi hỏi: "Chùa mình có bi nhiêu đây hả Sư cô?" thì Sư cô xuýt xoa: "So với đa số nhà dân thì chùa mình là "giàu" quá rồi!".

Chính vì vậy, có lẽ một trong những lý do mà tụi trẻ tối ngày cứ chạy tới chùa là để được chà cái bàn chân lên lớp gạch mát lạnh. Sư cô vừa lau chánh điện vừa thủ thỉ: "Tụi nhỏ đâu có mang dép. Rồi ịn nguyên bàn chân lên gạch nè. Nhưng thấy thương, cô hổng có la."

Chùa rộng có hơn $100m^2$, vừa hết chánh điện là ra ngay hậu tổ nhỏ xíu, bên trái có một phòng để Sư cô và bà Năm già ngủ nghỉ. Bên phải là bàn máy may của Sư cô, và cái tivi, đầu đĩa VCD Sư cô mới mua trả góp để có phương tiện chiếu phim thuyết pháp cho Phật tử xem. Lúc nào Sư cô cũng nuôi ước mơ hoằng pháp, nên dành dụm tất cả tiền mà mấy đứa cháu "lì xì" trong năm để mua tivi, và chiếu liền mấy cái đĩa tôi cho hôm tết. Vậy mà còn tận dụng không gian để mở lớp Phật Pháp thiếu nhi theo giáo trình của tôi biên soạn. Lại còn dạy ca hát, và khi tôi đề nghị dạy nữ công thì Sư cô mừng rỡ chịu liền. Lần này tôi đem vải, kéo, chỉ thêu, Sư cô tha hồ mà hoạt động. Tôi còn mừng hơn Sư cô, vì như vậy tôi đỡ dạy vất vả, mà phong trào lại được giữ lâu hơn. Hiếm có một vị đa năng như thế. Người trẻ còn chưa hăng hái cỡ đó, huống chi Sư cô đã xấp xỉ 50 tuổi.

17g

Đi tắm. Chao ôi là nước! Nước trong ao màu lờ lờ. Vốc lên rửa mặt mà... sờ sợ. Tắm vội vàng, và "dũng cảm" gội đầu vì phải tẩy lớp bụi đường dày đặc trên tóc. Thôi kệ, chịu một bữa vậy, cũng như vô chùa Tâm Thành ở Tam Nông từng tắm nước phèn đó mà. Chậc, lần nào về quê cũng bị đen thui là tại nắng, tại nước như vầy. Chưa kịp nhả, lại phải đi tiếp. Vùng sâu vùng xa nào không chịu cảnh nước phèn, nước mặn? Phụ nữ thì quan trọng cái "sắc" lắm, nhưng thôi, đã phát tâm hoằng pháp thì ráng bỏ qua. Cái sắc nào dù đẹp rồi cũng tới ngày hủy hoại. Vậy nghen, đừng bận tâm.

Nhưng thấy vậy mới khâm phục Sư cô hơn nữa. Từ Đại Tòng Lâm đang sung sướng, Sư cô phát tâm về vùng sâu hoằng pháp, chịu đựng cỡ này mà không than một tiếng. Đúng là bậc chân tu. Thế đó, tôi đã tìm ra biết bao tấm gương đạo hạnh chính trong những nơi hẻo lánh, đói nghèo. Cuộc sống còn nhiều điều kỳ diệu, đừng vội nản lòng trước những tiêu cực chung quanh.

17g30

Đói quá, vì từ sáng tới giờ chỉ cầm cự bằng một chén cơm duy nhất, bởi lên xe hay nôn nên không dám ăn gì. Mấy dì Phật tử từ chiều đã xúm xít gói bánh tét đãi tôi, cứ như khách quý. "Trời ơi, cô xuống tới đây là quý thiệt đó chớ. Chùa xa quá, đường khó đi quá, nên quanh năm hổng có ai tới thăm cô ơi!" Nghe mà đứt ruột! Nhìn mấy dì mấy cô ngồi chùm nhum bên đống lá chuối, gói gói, cột cột, chợt nghĩ cái nếp văn hóa truyền thống này sẽ còn được bao lâu? Lớp trẻ cỡ tôi bây giờ đã gần như hết biết gói bánh rồi, cứ đám giỗ hay tết nhứt thì ra chợ mua bánh mứt làm sẵn. Hôm tết, đi dạo khu chợ hoa Nguyễn Huệ, thấy mấy chỗ gói bánh tét, bánh ít, cũng mặc áo bà ba, nấu củi, y hệt ở quê. Nhưng y hệt làm sao được! Cái không khí đó vẫn là không khí biểu diễn, không khí mua bán, làm sao giống như ở đây với tình làng nghĩa xóm gắn bó, với những tâm sự, chia sẻ khi ngồi quây quần bên nhau...

Bếp lửa đỏ hồng suốt buổi, và mùi bánh chín đã thơm lừng. Món bánh tét nhưn chuối, bên ngoài không bọc nếp mà bọc bằng khoai mì bào ra lấy bột, ăn dẻo nhẹo, lạ lùng. Lại còn món canh cũng bằng bột khoai mì, nấu với nấm rơm, ăn thiệt ngộ. Phật tử biết có khách nên đem tới một nắm rau ngổ, rồi mấy trái cà tím non xèo, và hơn chục trái đậu bắp nhỏ nhỏ.

Thứ nào cũng có vẻ đèo đẹt vì thiếu nước ngọt, nhưng tôi biết chắc chắn là không có thuốc trừ sâu, thuốc tăng trọng. Sư cô cười: "Bữa nay là được ăn ngon đó nghen. Cả năm cô hổng có đi chợ, vì hổng có tiền. Bà con cho cái gì ăn cái nấy, toàn rau cỏ quanh vườn chấm với nước tương." Tôi kêu trời: "Vậy rồi mai mốt Sư cô bịnh, tốn tiền uống thuốc nha!" "Chớ dân quá nghèo, tiền đâu mà cúng hả Kim? Mình phải chia sẻ với họ chớ!" "Vậy mà để dành tiền mua tivi...", tôi trách yêu. Sư cô khoát tay: "Cái đó là ước mơ hoằng pháp Kim à. Nơi xa xôi này không có giảng sư tới, chỉ còn cách nghe pháp như vậy thôi." Tôi chịu thua: "Con đem thêm cho Sư cô cả trăm cái đĩa nữa kìa, tha hồ Sư cô vừa làm thư viện cho chùa vừa tặng Phật tử!". Mấy dì Bảy, dì Út, cô Năm rộn ràng hẳn lên. Và khói bếp cay nồng ấm cúng quyện vào gió chiều, ôm lấy những gương mặt hiền lành, chất phác. Căn bếp tạm bợ với những tấm tole cũ mục ghép lại, và vách lá đơn sơ chỉ đủ che mấy bộ bàn ghế bằng cây tạp do mấy chú trong làng tự đóng, ngay cả cà ràng ông táo cũng do bà Năm già tự nhào đất sét nắn ra. Vậy mà đông vui tình nghĩa hơn nhiều bữa ăn ở nhà hàng sang trọng tôi đã từng dự một cách miễn cưỡng.

Ăn xong, có một ly nước dừa ngọt lịm đúng "mác" Bến Tre, cái thứ nước mà ở Sài Gòn cỡ mức lương như tôi mỗi lần uống coi như "xa xỉ" vì tới 5.000 đồng một trái. Hóa ra người dân ở đây sống rất "sang" mà họ đâu có hay! Thôi thì, cuộc sống luôn có mặt phải mặt trái của nó, chẳng thứ gì toàn diện.

20g

Phật tử vừa tụng kinh xong, ngồi quây quần nơi chánh điện. Các em nhỏ cũng tề tựu về, cũng tụng kinh đàng hoàng rồi ngồi chung với mấy dì mấy bác. Sư cô đã thông báo "có khách" nên mọi người hẹn nhau đến sinh hoạt. Có cả chú Hải công an ấp và mấy chú đoàn thể địa phương. Ai nấy vui vẻ và hòa đồng, dù gia đình nào cũng là dân Đồng khởi thứ thiệt. Chú Hải kể: "Cô hổng biết đó chớ, hồi sư ông khởi công xây chùa, tụi tôi đem giấy tờ lên huyện xin phép giùm, rồi hè nhau khiêng xi măng, cát đá, tới tối mịt còn chưa ăn cơm. Làng xóm mà không có chùa buồn lắm. Và có Sư cô về thấy ấm cúng, tụi nhỏ vô đây được Sư cô khuyên dạy coi bộ ngoan hơn, bớt phá phách. Nói thiệt, chúng tôi chỉ sợ Sư cô cực khổ quá rồi bỏ chùa mà đi thôi!" Sư cô cười: "Không bỏ đâu chú ơi! Quý vị thương tui quá mà bỏ đi sao được!" Mấy dì Phật tử cũng xúm xít nói cười, tình thương tràn lên ánh mắt. Nhà họ nghèo và xa, nhưng tối nào cũng đi tụng kinh, coi chùa như ngôi nhà thứ hai, thật cảm động.

Tôi chào hỏi mọi người, rồi ôn bài sơ sơ cho tụi nhỏ, sau đó mở băng cassette tập hát những bài dân ca Phật Pháp mà tôi biên soạn. Đúng ngay cái "máu" vọng cổ của bà con Bến Tre! Mấy dì đeo kính lão lên hát vang trời không thua gì xấp nhỏ. Làm một hơi 7 bài luôn. Tôi thử mời ai "dũng cảm" lên hát thử, thì eo ôi, quá nhiều người dũng cảm. Già trẻ lớn bé gì cũng xung phong lên cầm micro. Quả không hổ danh là con của quê hương Đồng khởi. Quen sinh hoạt tập thể, quen chất chiến đấu, không sợ hãi, và quen nếp sống lạc quan yêu đời, bao nhiêu tuổi cũng trẻ trung, năng động. Tiếng cười, tiếng vỗ tay giòn giã. Đức Phật ngồi trên tòa sen nhìn xuống chắc cũng mỉm cười.

Tôi nói: "Chúng ta phải làm cho mọi người hiểu rằng đạo Phật của chúng ta không phải bi quan, yếm thế, thụ động, mà là một đạo tích cực, sáng tạo, luôn sống có ích cho con người, xã hội. Sống với Đạo cũng có nghĩa là làm một cuộc cách mạng trong chính bản thân mình, chống lại cái xấu, cái tiêu cực, để tiến tới cái tốt đẹp, tươi sáng hơn!" Những người con Đồng khởi vỗ tay nhiệt liệt.

Gần 10 giờ đêm, mà chẳng ai muốn chia tay. Mấy dì nói: "Trời ơi bữa nay vui quá!" Bình trà thứ mười mấy đã cạn, bánh kẹo cũng ăn xong, và tôi tặng mỗi vị một cái khăn làm quà kỷ niệm, vì bất ngờ quá đâu có chuẩn bị. Mấy dì xếp cái khăn trìu mến: "Nhìn cái khăn là tui nhớ cô Kim nghen!" Than ôi, có một chút quà mọn mà mọi người quý mến như vậy, so với đô thành xa hoa muốn cho người ta cái gì cũng cân nhắc, e dè. Tôi thầm ước, giá mình làm có tiền mình sẽ luôn luôn tìm về những nơi như thế này để sống với những trái tim thương yêu tha thiết! Chính mấy dì, mấy em đã tặng tôi một món quà vô giá.

23g

Sư cô và tôi cùng chui vào cái mùng bé tí, bề ngang chỉ một mét, tấn bên này thì hụt bên kia, tấn trên đầu thì hụt dưới chân. Thây kệ, chứ chẳng còn cái mùng nào nữa. May mà tôi đem xuống cúng dường hai cái mền. Trải chiếu trên nền gạch chật hẹp giữa hai cái bàn, còn phòng ngủ nhỏ thì nhường cho bà Năm già hơn 70 tuổi. Hai cô cháu cứ thủ thỉ tâm tình, không ngủ được.

Tôi nói: "Lạ thiệt, con đã đi rất nhiều nơi, tổ chức nhiều lớp Phật pháp, nhưng chưa bao giờ gặp nơi nào mà chính quyền gắn bó với đạo pháp như vậy. Có nơi gây khó dễ, có nơi thì thoải mái hơn nhưng cũng đứng bên ngoài mà giúp, còn ở đây mọi người cùng xắn tay áo vô làm." Sư cô nói: "Bởi vậy cô mới ráng bám trụ. Mà bây giờ quen rồi, đi đâu cũng nhớ, quay về." Thôi ngủ đi nghen, mai còn thức sớm dạy học nữa đó. Sư cô còn thức công phu khuya nữa. Tiếng dế kêu nỉ non ngoài hè, xa xa tiếng tàu đêm lướt qua bến sông để lại những đợt sóng nhẹ nhàng vỗ vào trái tim như ru hời êm ái...

5g sáng chúa nhật

Tôi ngủ say một giấc không mộng mị. Trong đầu có nghe văng vẳng tiếng chuông mõ dịu dàng, nhưng rồi lại thiếp đi. Toàn thân vẫn chưa hết ê ẩm sau một ngày đường. Khi choàng tỉnh dậy, trời se lạnh, tôi co rúm người trong chăn, cuộn mình thưởng thức cái không khí trong lành của miền quê chen một chút khói bếp của bà Năm đang nấu nước pha trà. Khói lá dừa nồng nồng, tôi hé mắt nhìn xuống những đốm đỏ bập bùng như nhảy múa tung tăng trong gian bếp mờ tối. Nhớ ngày xưa còn bé, ở quê ngoại cũng nghèo khổ như vầy, cũng đốt lá nấu cơm khói nồng cả mái tranh xiêu vẹo. Lá rụng khắp vườn, tôi và thằng Dũng gom lại từng rổ thật to, chụm tới đâu nghe tiếng lửa reo giòn tan tới đó. Còn lá dừa thì cuộn lại thành ngọn đuốc, mỗi đêm soi đường cho tôi đi dạy bình dân học vụ. Những năm mới giải phóng, bọn trẻ học sinh chúng tôi phải tham gia tất cả phong trào của nhà nước đề ra, nào xóa mù chữ, nào đắp đê, đào kinh thủy lợi... Hừng hực khí thế. Làm cực mà vui. Nhờ vậy gắn bó với cộng đồng, bà con, làng xã. Tôi đi dạy vỡ lòng cho bà Tư, con Út... kiên nhẫn cầm tay họ viết từng chữ i tờ lên trang giấy trắng.

Tôi đem ngọn đuốc văn hóa soi giùm cho họ, thì đêm về có đuốc lá dừa soi sáng bước chân tôi. Qua cầu khỉ, cầu gòn trơn trợt, có cả sợ ma, sợ rắn rít trong lùm bụi chạy ra. Nhưng không ngày nào chịu bỏ dạy, vì cứ nhớ lớp, nhớ "học trò" già nhứt định đánh vần chữ "*ếch*" (S) là con..."*cóc*"!

Đi suốt những mùa hè... cho tới một mùa hè 16 tuổi thì có một ngọn đuốc lá dừa khác cũng theo về chung lối. Thế là đỡ sợ ma, nhưng lại sợ một... thứ khác dịu dàng hơn. Rồi chút ấm áp thơ ngây đó cũng trôi qua, tôi hồn nhiên lớn lên chút nữa, ra đi về một vùng quê khác, bỏ quên những ngọn đuốc lá dừa của tuổi thơ và lớp học bình dân năm nào...

Chợt đêm nay gặp lại, thấy lá dừa vẫn xõa tóc che suốt đời mình, vẫn cháy sáng soi đường cho mình cầm tay những học trò quê cũ. Tôi vẫn đi xóa mù nhưng là xóa mù Phật Pháp, trao tặng những bài học vỡ lòng cho những xóm làng xa xôi heo hút. Vẫn kiên nhẫn cầm tay họ viết từng chữ i tờ của Tam Bảo, Ngũ giới, Vô thường, Nhân quả... Cái nghiệp "cô giáo" ngày nào vẫn tiếp tục, nhưng niềm vui thì lớn thêm nhiều lắm.

7g

Các em đến đông đủ. Tôi xếp các em ngồi xuống nền gạch trên chánh điện và lấy những chiếc kệ tụng kinh thay cho bàn học. Giấy thi đã in sẵn đề, tôi soạn rất tiện và đẹp, photo ra hàng loạt, "chính quy" không thua trường lớp bên ngoài. Tôi gác thi nghiêm túc, không em nào dám gian lận hoặc coppy. Nói chung, lớp học này khá tốt, có nề nếp, tôi rất hài lòng. Đặc biệt, nhiều em còn mặc những bộ đồ vạt hò mà Sư cô may tặng, trông xinh xắn đáng yêu làm sao. Sư cô đi Sài Gòn xin vải về may, thật khéo tay.

Tôi vừa chấm điểm bài kiểm tra, vừa mở băng cho các em học hát. Tập bài hát tôi cũng đánh máy, photo sẵn, trang trí đẹp mắt. Không khí vui và sinh động.

Các em được ăn trưa trong khi chờ tôi soạn phần thưởng. Tôi đã trang bị 60 cái khay nhựa có nhiều ngăn. Các em thích ăn trong cái khay xinh xinh đó, nên tuần nào cũng đòi tới chùa học giáo lý. Mấy dì Phật tử cũng lăng xăng nấu giúp từ sáng, tạo nên sự gắn bó lạ lùng. Từ chuyện ăn thôi, nhưng mỗi người đều có thể gởi gắm tình cảm của mình vào đấy. Cho nên, mỗi dịp đám tiệc không chỉ là ăn, mà còn là cơ hội gắn kết cộng đồng với nhau. Chùa nghèo, chỉ có món bánh mì nguội đem hấp, cuốn với rau sống, chấm nước tương, nhưng cái sự "ngon" ở đây bao gồm cả trạng thái tinh thần nữa.

Lúc trao phần thưởng thì có mấy anh chủ tịch xã, bí thư ấp và mặt trận tổ quốc xuống thăm theo lời mời của Sư cô. Cán bộ rất trẻ và thân thiện. Mọi người cùng ăn bánh mì hấp như tụi nhỏ, và tiễn tôi ra về. Chuyến xe chót tại thị trấn Mỏ Cày sẽ khởi hành lúc 12g. Mấy dì Phật tử xếp một giỏ đầy nào bánh tét, dừa, bánh tráng, bắt tôi phải mang đi. Tôi từ chối không được, dù biết mình xách lên tới thành phố chắc cái lưng cụp lại như hôm nọ. Đến vùng quê nào cũng vậy, các dì cũng trìu mến gởi những món quà quê hương, cây nhà lá vườn, mình không nhận sợ các dì buồn. Thôi thì khệ nệ khiêng nè...

13g30

Xe chờ đủ khách mới chịu lăn bánh. Và lại nắng, lại hai chuyến phà dằng dặc, lại những cơn gió rát da, lại những lớp bụi mù trên đường thiên lý...

Nhưng rồi tôi sẽ trở về, rồi tôi sẽ dâng tặng những gì mà trái tim tôi chân thành ấp ủ. Bàn tay tôi nhỏ bé, nhưng cũng xin góp một chút cho đời, để rồi nhận lại từ cuộc đời những niềm tin và hy vọng. Xa rồi Bến Tre. Tạm biệt những hàng dừa xõa tóc bến sông xanh... Tạm biệt những mái lá nghèo nhưng nhân hậu, yêu thương...

CHẠY XE

Mỗi ngày đều đi làm, đều phải dùng tới chiếc honda, chưa kể còn đi những công việc khác. Nghĩa là, hầu như ngày nào cũng phải chạy xe. Chạy xe trở thành một động tác quen thuộc trong đời sống, mãi rồi ít ai để ý tới.

Chợt một hôm, lẩn thẩn nhận ra mình đang chạy một chiếc xe rất khác mà hình như mình không hề quan tâm.

Thật ra, ai leo lên xe cũng là đã hoạch định được đường đi rồi. Tôi muốn đi tới đường X thì phải qua mấy ngã tư, ngã ba, qua cây cầu nào, bùng binh nào, tới đèn đỏ thì phải dừng kẻo công an phạt, hết xăng thì phải biết đổ ở cây xăng nào thuận tiện... Chưa hết, về tới nhà lại còn kiểm tra xe cộ xem có mòn bánh, mòn bố thắng, rơ máy, tróc sơn... để mà tu sửa cho an toàn, cho đẹp mắt. Chạy xe, muốn đi tới đích, cũng biết bao thứ suy nghĩ trong đầu hoặc sự chú ý, quan tâm, chứ đâu có phải tự nhiên leo lên yên là tới nơi ngay tắp lự. Và đi gần còn dễ, chứ muốn đi xa, thí dụ xuống miền Tây, ra Đà Lạt cả trăm cây số thì càng phải trang bị sức khoẻ, áo nón, kiểm tra xe thiệt kỹ, mua bản đồ hướng dẫn v.v... Cuộc hành trình nào cũng đòi hỏi sự chuẩn bị nghiêm túc.

Ấy vậy mà... hình như có một cuộc hành trình quan trọng hơn nhưng mình lại chuẩn bị rất thờ ơ. Có một chiếc xe quan trọng hơn mà mình leo lên chạy nhưng đôi khi rất lười biếng, cẩu thả, vi phạm luật giao thông, hoặc không thèm sửa thắng, thay sên gì ráo... Quanh năm suốt tháng, chiếc xe ấy không lúc nào ngơi nghỉ, luôn chạy trên những con đường nắng mưa sương gió, nhưng mình chẳng bao giờ để tâm chăm sóc. Và không khéo, có một ngày... chiếc xe lao xuống vực, kết thúc một kiếp người quý báu!

Đó là chiếc xe *nghiệp* của mỗi người, đang chạy trên hành

trình cuộc đời. Và hành trình ấy có thể rất xa tới cõi Phật, Bồ Tát, hoặc cõi trời..., cũng có thể rất gần như cõi người, ngạ quỷ, súc sanh... Ngày nào mình cũng chạy chiếc xe nghiệp ấy, sao không hoạch định gì hết, cứ để nó đi tới đâu thì tới? Gặp ngã ba *Tham lam* và *Bố thí*, thì nhớ rẽ sang *Bố thí*. Tới đèn đỏ *Sát sanh*, *Trộm cắp* thì đừng quên thắng cái két, bởi có ông cảnh sát đang đứng ở góc đường sẵn sàng chìa tờ giấy phạt *Nhân quả* ra. Tới đèn vàng *Lợi, Suy, Hủy, Dự, Xưng, Cơ*... thì cẩn thận chạy chậm lại. Gặp ổ gà của *nghịch duyên* thì lấy *Nhẫn* ra mà rà bánh xe cho đừng ngã. Gặp đường nhựa *thuận duyên* thì chớ bon bon tăng tốc *kiêu mạn*, mà nhớ đội mũ bảo hiểm hiệu *Vô thường* để nhắc mọi thứ đều là tạm thời, giả hợp. Rủi có chạy lạc qua mấy cái quận *Tài, Sắc, Danh, Thực, Thùy*, thì lấy bản đồ *Tứ Diệu Đế* ra xem. Nếu hết xăng thì đổ *Tứ Nhiếp Pháp*, *Tứ Vô Lượng Tâm* vào, không lo phải ì ạch đẩy giữa đường. Và thường xuyên lau rửa chiếc xe, tẩy hết bụi trần bằng nước *Thiền* định hoặc câu niệm Phật *A-di-đà*. Có vậy chiếc xe nghiệp của mình mới sáng trưng đẹp đẽ và bảo đảm không thể nào rơi xuống vực *Ngạ quỷ*, *Súc sanh*, nói chi là *Địa ngục*. Xe nào xịn, chạy một hơi thẳng tới cõi Phật. Hạnh phúc lắm thay!

Lẩn thẩn, rồi lại tức cười, cái xe có mười mấy triệu đồng thì tối ngày lau lau chùi chùi, o bế, còn cái xe vô giá kia thì bỏ lăn bỏ lóc. Thậm chí đang chạy xe mà còn không biết là đang chạy xe, cứ theo thói quen ngồi trên yên rồi đầu óc miên man đủ thứ. Thôi, đã nhớ vậy thì nắm chặt tay lái nghen!

THỜI THỜI THƯỜNG PHẤT THỨC

Phật tử cúng dường thầy một chiếc honda để thầy tiện đi học, đi công việc. Thế là, mỗi ngày thầy đều lau chùi chiếc xe cẩn thận, đến nỗi nó cứ láng coóng lên. Một số người hay tấm tắc khen chiếc xe đẹp, nên thầy càng hãnh diện. Sáng, đi một chút cũng lau. Chiều, đi một chút cũng lau. Trời mưa thì xịt nước rửa hoài, dính một vệt bùn cũng kiên quyết tẩy cho ra. Bảo đảm chiếc xe bóng tới soi mặt vô cũng thấy. Thì thôi, đồng tiền vất vả của Phật tử lo cho thầy, giữ gìn kỹ vậy cũng chẳng sao!

Nhưng khổ nỗi, từ dạo đó thầy còn rất ít thời gian dành cho chuyện chấp tác trong chùa. Bàn thờ bắt đầu đóng bụi, sáp đèn cầy chảy lan ra gạch, thậm chí mấy pho tượng Phật cũng bụi bám nhện giăng. Chùa nhỏ, tượng cũng nhỏ, đặt gần nhau nên có con nhện giăng lưới từ cánh tay của Phật Thích Ca qua đầu của tượng Bồ Tát Thế Chí. Gió thổi nhè nhẹ là con nhện đong đưa trên lưới, đâu có biết nó đang phạm cái tội tày đình là dám trèo lên thân Phật.

Một bữa, tôi tới chùa, ngó lên bàn thờ, hết hồn hết vía. Rồi lập tức lấy khăn, lấy nước lau dọn tưng bừng. Tới chỗ con nhện giăng dây, tôi năn nỉ nó: "*Mày chạy đi, không thôi tao phải lau trúng mày, tội nghiệp.*" Nhưng con nhện im ru (biết gì mà hổng im ru!). Thế là tôi thở dài: "*Thôi, cái nghiệp của mày nghen. Tao xin chịu cái tội sát sanh chớ không lẽ để mầy trèo lên đầu Phật!*" Tôi ráng gỡ nó ra khỏi lưới để quăng xuống đất, nhưng con nhện cứ kiên quyết "*tử thủ*", chạy tới chạy lui trên mấy sợi tơ, cuối cùng tôi phải quơ một cái làm nó dính vô khăn, bẹp dí. Tôi đọc chú vãng sanh cho nó, còn mình hổng biết lãnh tội cỡ nào!

Vừa lau Phật, tôi vừa chảy nước mắt. Đây là vầng trán trí tuệ mênh mông. Đây là đôi mắt hiền dịu từ bi. Đây là cái miệng mỉm cười hỷ xả bao dung. Còn đây là cánh tay làm chỗ tựa cho chúng sanh nắm lấy bước đi trên đường Chánh pháp. Còn đây nữa, chiếc áo cà sa vàng óng như kim thân Phật tỏa hào quang vô lượng kiếp... Tôi lau tới đâu, Phật hiện ra tới đó, đẹp đẽ, trang nghiêm, thanh tịnh, nhiệm mầu. Trước mặt tôi, không phải là khối xi măng cốt thép, mà là Đức Phật gần gũi, thân thương, yêu kính. Tôi xoa nhẹ lên vai Phật và khẽ tựa đầu vào đó như tựa vào người cha lành làm dịu mát cả trái tim. Tôi muốn ôm chầm lấy Người như Người đang hiện hữu bên tôi...

Lau dọn xong, bàn thờ rực sáng. Tôi dọn nốt những bát nhang vương vãi tàn tro và đốt lên những nén hương thơm ngát. Trong làn khói mỏng mảnh, tôi chợt cảm nhận có một tượng Phật khác trong tôi mà hình như tôi cũng đã từng để cho bụi bám nhện giăng. Một tượng Phật có từ vô thỉ vô chung mà tôi đã lãng quên, lười biếng, không chịu chăm sóc, lau chùi. Tôi cũng y như thầy mà thôi, cũng quanh năm suốt tháng lo lau dọn những chiếc xe honda cho sạch bóng, hoặc quét tước nhà cửa cho ngăn nắp, vệ sinh, hoặc tẩy rửa, trang điểm cho cái thân tứ đại thêm mỹ miều, thơm tho... Bao nhiêu thứ trần gian đó đã ngốn gần hết thời giờ, còn đâu để quan tâm tới tượng Phật trong tâm thức của mình. Ôi, chắc có cả trăm con nhện đang giăng kín trong tâm tôi!

Thế là, tự nhắc, cầm khăn lên, mỗi ngày tự lau chùi dọn dẹp, để tượng Phật hiện ra đẹp đẽ, trang nghiêm trong bản tâm thanh tịnh của mình. Làm được không nhỉ? "*Thời thời thường phất thức*",[2] cứ nhắc vậy đi, lẽ nào không làm được ít nhiều! Lỡ có quên, thì ngay trong lúc lau xe honda chắc cũng sực nhớ lại. Lau xe như vậy cũng không đến nỗi vô ích, phải không thầy?

Hay làm thêm một bài kệ nhựt tụng nói về chuyện lau xe? Ờ, chắc nhiều người áp dụng lắm đó... Thời hiện đại, chúng sanh thêm việc mới thì ta thêm bài kệ mới, miễn tu được là tốt rồi!

[2] Thời thời thường phất thức: một câu trong bài kệ của Đại sư Thần Tú trình lên Ngũ Tổ Hoằng Nhẫn, có nghĩa là: "Lúc nào cũng siêng năng lau chùi, làm sạch."

ĐỒ CỔ

Vô chùa, thấy trong cái tủ lớn tại phòng khách trưng bày nhiều món đồ cổ khá đắt tiền. Thầy hãnh diện giới thiệu từng món. Tôi ngơ ngác không phân biệt nổi món nào đời Thanh, món nào đời Tống... Biết là quý, nhưng đứng xa xa mà nhìn thôi!

Chợt nhớ, có một vị học giả nổi tiếng khắp Việt Nam vì bỏ cả đời sưu tầm đồ cổ, toàn những thứ đặc biệt quý giá. Có những món ông phải dành dụm tất cả tiền bạc trong nhà để mua cho bằng được. Trong tay ông là một tài sản to lớn, dù ông vẫn sống rất đạm bạc. Khi ông qua đời, căn nhà và bộ sưu tập của ông được hiến cho nhà nước. Nhưng, người ta đã không bảo quản chu đáo như ông kỳ vọng, mà một số đồ quý bị vứt lăn lóc, sách vở thì mối mọt gặm nhấm. Căn nhà cũng xuống cấp trầm trọng, ẩm thấp, mục gãy và bị đám con cháu chia năm xẻ bảy, tranh chấp kiện tụng ầm ĩ dư luận. Chính cái khối tài sản ấy làm động lòng tham của dòng họ. Báo chí lên tiếng, thiên hạ thở dài, oán trách hậu thế tệ bạc...

Riêng tôi, tôi lại trách ông, hay nói đúng hơn là thương ông. Ông có tình yêu đối với các sản phẩm văn hóa, nhưng ông không nhìn thấy cái lẽ vô thường. Cuộc đời này có cái gì thường hằng vĩnh viễn đâu mà chúng ta lại mơ giữ gìn nó đến vô tận vô biên? Ông có thể giữ lại những món đồ cổ của nhà Thanh, nhà Tống... ừ thì cho là như vậy đã quý, thế còn những món xưa hơn nữa, trước đó hằng bao nhiêu thế kỷ, thì ai đang giữ? Hay là nó cũng đã bị chôn vùi, tan rã? Ông đã nỗ lực, nhưng khi ông nằm xuống lòng đất thì mọi nỗ lực đó tan thành mây khói. Một đời góp nhặt mà con cháu lại ăn chơi, phá hết của gia bảo, trở lại nghèo trắng tay. Chạnh lòng, giá như ông dùng số tiền to lớn ấy mà đi bố thí, làm lợi ích cho xã hội, thì đúng là để phúc đức cho con cháu, có khi bây giờ nó đỗ đạt nên người, giàu sang vinh hiển, làm rạng danh ông.

Và cái lẽ vô thường trước sau gì cũng thực thi quyền lực mạnh mẽ của nó, sẽ lại chôn vùi những món quý giá kia trở lại lòng đất, lòng biển, nơi người ta đã tìm thấy nó bị đắm chìm. Chỉ cần một cơn sóng gió đại dương, hoặc một cơn động đất, một cuộc chiến tranh, là mọi sự vật sẽ lại tan tác. Chính cái mạng sống con người còn mong manh dường này, huống chi đem cái mạng sống ấy đi giữ gìn từng món đồ vô tri giác?

Những năm gần đây thế giới có quá nhiều thiên tai và thảm hoạ chiến tranh, tai nạn giao thông đường thủy, đường bộ lẫn đường hàng không. Báo chí đưa tin liên tục, rúng động toàn cầu. Cảm giác mỗi người đều đang ngồi trên một lớp băng mỏng, không biết vỡ ra bất cứ lúc nào, cuốn ta vào dòng xoáy thăm thẳm của cái chết...

Vậy thì, có còn đủ thời gian và sức lực để đi góp nhặt những món đồ của nghìn xưa? Và nghìn sau, ai sẽ là người lưu giữ? Thôi thì, như một thú chơi của người đời, cũng tạm chấp nhận, nhưng đến ngôi Tam bảo mà cũng quên lẽ vô thường thì hơi... oái oăm! Không chừng, bao nhiêu "*ngã sở*" dồn hết cho những món đồ quý giá, khó mà bước đi thong dong. Trước mắt đã thấy, thầy đi đâu cũng lo có kẻ trộm vào chùa bẻ khoá tủ, ai làm gì mạnh tay cũng lo đụng vỡ món đồ. Mệt quá thầy ơi!

Sực nhớ mình cũng có một món "*đồ cổ*" quý giá vô cùng. Món này không xác định được niên đại, đã có từ vô thỉ. Và mình đã chôn vùi nó, đã làm rơi nó không biết bao nhiêu lần, rồi lại khai quật không biết bao nhiêu kiếp. Có giữ thì giữ cái này đây, phải làm cho nó luôn vẹn nguyên đẹp đẽ. Khó lắm! Nhưng thế mới thật là người biết chơi đồ cổ!

ĐI TÂY

Nhiều năm nay, xu hướng đi du lịch của người dân càng ngày càng tăng. Đời sống kinh tế khá hơn, giao thông cũng thuận lợi hơn, thậm chí đi nước ngoài thủ tục cũng dễ dàng hơn, nên nhiều người đổ xô "*đi cho biết đó biết đây*". Người đời thì gọi đúng tên là "*du lịch*", chơi cho vui, cho khoẻ. Còn người trong chùa, Phật tử thì hay đi dưới dạng "*hành hương*", vừa thăm thú các địa phương, vừa viếng cảnh chùa, tiện lợi đôi bề.

Chùa trong tỉnh đi chán thì đến chùa ngoài tỉnh, miền Tây có Hà Tiên, núi Sam, núi Cấm, miền Đông có núi Bà Tây Ninh, núi Dinh, rồi Thường Chiếu, Viên Chiếu, Linh Chiếu... Ra Đà Lạt mù sương có Thiền viện Trúc Lâm. Hay ra miền Bắc leo lên đỉnh Yên Tử, hoặc chùa Đậu có nhục thân của hai thiền sư nổi tiếng v.v...

Chán nữa thì đi Thái Lan, giá *tour* rẻ rề, rẻ hơn cả đi Hà Nội. Đi tuốt qua Ấn Độ thăm Tứ Động Tâm, nhặt chiếc lá bồ đề ngỡ Đức Phật còn ngồi thuyết pháp đâu đây. Hoặc đến chùa Việt Nam của thầy Huyền Diệu, nơi có những con hồng hạc sống yên lành trong vòng tay từ bi của quý thầy.

Quá nhiều nơi để đi, để chiêm ngưỡng, vui thú, tạm quên, rồi sau đó trở về chiến đấu với cuộc sống thường nhật mệt mỏi.

Tôi thường được rủ đi du lịch và đi hành hương như thế, nhưng tôi thường từ chối. Gạn hỏi nguyên nhân, tôi chỉ cười, gọn lỏn: "Lên xe hay ói, mệt lắm." Vậy là không truy cứu nữa. Mấy lần bạn bè dự trại sáng tác văn học ở Đà Lạt, Nha Trang, thật vui, réo gọi liên tục, nhưng tôi đã làm tụi nó giận vì cái lắc đầu của mình. Nó bảo tôi tham công tiếc việc, thậm chí... ham tiền. Rồi nào là xơ cứng tâm hồn, hết dung dăng dung dẻ cùng văn chương như ngày trước. Rồi quên hết bạn bè ở quê, trở thành con người của thành thị... Ôi thôi là dư luận!

Thiệt tình, tôi cũng muốn đi lắm, và cũng có khả năng để đi. Lương ít, nhưng kiếm hơn trăm đô để sang Thái Lan thì đâu đến nỗi. Còn ra Đà Lạt, chỉ cần lận lưng một triệu, ở hai ba ngày, vừa ngủ khách sạn vừa ăn uống thoải mái. Một năm, tôi có thể đi nghỉ mát một lần, tự thưởng cho mình sau bao nhiêu mệt mỏi. Thế nhưng, tôi ngồi rù rì cân nhắc, rồi... thôi.

Bởi tôi nghiệm ra mình không còn bao nhiêu thời gian, sức khỏe, cũng như tiền bạc, thì phải tính toán ưu tiên sử dụng những thứ quý giá ấy vào chuyện thật cần thiết cho mình. Tóc đã muối tiêu trên đầu, càng phải tính, kẻo không còn kịp nữa. Mình tự biết mình, chứ không dám chạy đua theo người ta.

Thế là tôi không đi chơi. Nhưng lại vác ba lô đi chỗ khác. Một năm đi cả chục lần, hăng hái lắm. Có khi một tháng mà đi mấy lần. Không đi thì nhớ, cứ nôn nao ngồi không yên nơi thành phố. Khổ nỗi, người ta đi nghỉ mát, còn tôi đi... nghỉ nóng. Những xứ sở biệt mù san dã, nghèo nàn, nóng bức, nước nôi chua phèn, ao sông múc lên, chứ có vòi sen xịt tràn trề như khách sạn đâu! Những xứ sở quá nhiều người nghèo, lam lũ, nhìn họ mà lòng mình nặng trĩu. Chiếc ba lô của tôi luôn trong tư thế sẵn sàng, khỏi cần soạn ra soạn vô hành lý chi cho mất công, vì loay hoay hai, ba tuần đã tới ngày lên đường. Xà bông, bàn chải đánh răng, giáo trình, giáo án, máy cassette, máy chụp hình, quần áo, khăn nón... cứ thế mà "lập trình" sẵn. Tôi hát mãi bài ca lãng du trên từng nẻo đường xa xôi hẻo lánh. Rành từng bến đò có hàng trúc xanh thơ mộng, rành từng cây cầu ván gập ghềnh mới được đổ bê tông, rành từng món ăn quê hương, tỷ như xứ dừa có món bánh tét khoai mì thiệt lạ, còn ở xứ khác thì ăn lẩu có kèm rau mồng tơi mới ngộ! Rành cả xứ nào trồng dưa hấu, xếp lăn lóc bên vệ đường như heo con, giòn và ngọt lịm, xứ nào người ta hát dân ca hay hơn nơi khác... Tôi tròn mắt khám phá con người và những góc nhỏ quê hương, thấy đáng yêu vô cùng.

Và số tiền thay vì tiêu tốn cho một mình vui, tôi "tính sói trán" ra những thứ người khác cùng vui. Một triệu đồng đi Đà Lạt? Ừm... đổi được 100 cuốn tập, 100 cây bút bi, 50 hộp bút màu, và 100 cái bánh ngọt cho mấy đứa nhỏ nghèo trong làng. Tụi nhỏ mừng lắm, mắt cứ long lanh như biển trong veo, miệng chúm chím cười như hoa mùa xuân, và trái tim đang lớn dần sự thánh thiện như ngọn núi dịu dàng mây trắng... Ừ, thôi, khỏi đi ngắm biển, ngắm hoa, ngắm núi chi xa, về tận vùng sâu vẫn thấy biển đó, hoa đó, núi đó trong từng sinh linh nhỏ bé. Đi chơi thì vui một mình, bây giờ vui tới... 50 mình, 100 mình. Lãi nhiều quá xá!

Ngồi nghĩ tức cười, hổng chừng mình đi "du lịch" gấp mấy lần người ta, vậy mà làm bộ nói hổng thích đi. Cái chân có chịu ngồi yên đâu! Có điều, tôi đi mấy chỗ này chẳng có gì để kể. Người ta mang về cả xấp hình chụp cung điện, đền đài, núi non hùng vĩ, hổng lẽ tôi "khoe" mấy tấm hình chụp với lũ con nít áo quần lem luốt, đứng ngồi lố nhố bên mái hiên chùa trơ cột kèo tole lá nghèo nàn? Thôi, cất làm kỷ niệm mình ên.

Thằng con hay hỏi:

- Mẹ à, sao mẹ kỳ vậy?

Tôi cười hì hì, giả bộ "chảnh":

- Mẹ khoái đi Tây hà!

- ???

- Nước đó có ông Tổng thống tên *A-di-đà*. Chỗ nào cũng vàng bạc lấp lánh, khỏi cần nấu nướng thức ăn chi cho mệt, chỉ cần nghe pháp là no. Cũng khỏi cần xây nhà xây cửa, lo chạy sổ hồng sổ đỏ xất bất xang bang như bây giờ, mà mình cứ chui vô cái bông sen, sáng bông nở ra cho mình đi nghe pháp, chiều bông cụp lại cho mình ngủ, mát hơn là máy lạnh. Muốn tắm thì nhảy xuống ao *Bát công đức thủy*, không lo nước ô nhiễm, đục bẩn như nước máy bây giờ.

Thằng con nhảy lên:

- A, con biết cái nước đó rồi!

- Cho nên mẹ ráng dành dụm "tiền" để mua "vé" đi nè. Giá cao lắm nghen con. Lơ mơ cả đời cũng không đủ mà mua. Hễ đi là đi một chuyến thiệt xa cỡ đó mới thích!

- Mẹ này! Lãng mạn quá đi!

Hì, không lãng mạn mà dám mơ đến Tây phương sao? Nói chơi mà là... thiệt đó nghen! Tôi vẫn mơ đi du lịch một chuyến như thế...

CHÙA XUÂN

Mỗi lần Tết đến, tôi lại nhớ quê với bà ngoại già và ngôi chùa làng ẩn sâu sau những vòm cây xanh mát. Từ nhỏ, tôi đã chạy lon ton theo bà, sau này lớn lên thì đi chùa một mình hoặc đi với bạn bè, em gái, lòng lâng lâng một cảm xúc yên bình...

Quê tôi cũng như nhiều làng quê khác ở nông thôn, ít có nơi vui chơi, hoạt động văn hóa, nên ngôi chùa trở thành trung tâm sinh hoạt của mọi người, nhất là phụ nữ. Mà dù cho có gánh hát, có đoàn cải lương về diễn, người ta vẫn thích đi chùa. Ngôi chùa nằm trong tâm thức mọi người, "*một cõi đi về*" cho từng khoảnh khắc cuộc đời. Ngày xuân, cái khoảnh khắc xôn xao nhất của trời đất, mà lạ, lại kéo bước chân người ta tìm đến nơi thanh tịnh, yên bình. Có lẽ không khí chốn thiền môn giúp tâm hồn con người lắng xuống sau một năm đua chen, bươn chải với đời.

Qua mấy con đường đất quanh co và một cây cầu nhỏ bắc ngang con mương nước trong leo lẻo, ngôi chùa hiện ra khiêm tốn. Cổng vào có một ao sen kề bên và hai hàng bông trang thâm thấp trổ đầy bông đỏ thắm. Những viên gạch tàu mốc thếch rêu, nhẹ kêu giòn dưới chân. Tôi thường đi thẳng ra sau nhà Tổ để xá sư ông trụ trì hoặc sà vào nhà trù nơi mấy bà mấy cô đang gói bánh. Bởi mới rẽ vào cổng đã nghe mùi nếp, mùi đậu thơm lừng hòa lẫn trong mùi khói hương nghi ngút. Trên bộ ván gỗ bóng loáng có đến gần 50 năm tuổi, các bà các cô đang quây quần, tay thoăn thoắt buộc những đòn bánh tét to nặng hoặc xếp những cái bánh ít hình tam giác xinh xinh, miệng thì kể những câu chuyện đạo, hoặc chuyện xóm chuyện làng. Vui vẻ và đầm ấm lạ kỳ. Có những người ngày thường xích mích với nhau, vậy mà khi đến chùa cùng ngồi bên nhau lau từng tấm lá, cột từng đòn bánh, thổi từng ngọn lửa, họ chợt thấy gần gũi, rồi dễ dàng xí xóa, làm hòa.

Ai không rảnh để xuống phụ bếp thì tranh thủ lên chánh điện lễ Phật. Ngày mùng một Tết người ta đi lễ đông nhất. Đó là ngày vía Đức Phật Di Lặc nên mọi người thường tìm đến bức tượng một ông có cái bụng tròn to như cái trống, phạch áo ra cho 6 đứa nhỏ xúm quanh nghịch ngợm, mà miệng vẫn cười hết cỡ. Ai trông thấy bức tượng cũng phải vui vẻ, và mở lòng hỉ xả như ông. Đầu năm, nở được nụ cười đã là một liều "thuốc bổ" giúp người ta thêm sức mà đi tiếp cuộc hành trình. Chùa nào không có tượng Di Lặc thì mọi người chiêm bái Đức Thích Ca Mâu Ni, vừa cầu nguyện cho đất nước, gia đình, vừa nhủ lòng sống tử tế, đàng hoàng như lời dạy của Ngài. Đơn giản, thấm nhuần, ngôi chùa hiện diện trong nền văn hóa dân tộc như thế đó.

Hồi nhỏ tôi thường bỏ bà ngoại để chạy theo mấy con quy màu vàng bò quanh sân chùa. Nó hiền lành thưởng thức món quà xuân của tôi là mấy trái chuối chín, rồi rụt cổ vào chiếc mai trốn lũ trẻ con xúm đến chọc ghẹo. Lớn lên, tôi vẫn đi tìm nó, thấy chiếc mai đã thêm những vòng rêu mốc cũ kỹ, và chiếc cổ thêm những đốm vẩy sần sùi. Con quy vẫn thích ăn những trái chuối thơm mềm mà tuổi thơ của tôi đã trao cho nó...

Mỗi năm một lần, tôi lại về thăm ngôi chùa quê nhỏ bé nằm nép mình sau vòm cây. Lại nghe hương nếp, hương sen hòa lẫn, lại thấy các bà các cô chắp tay lễ Phật, rồi thoăn thoắt gói bánh mời khách thập phương. Không biết nơi đâu là đạo, là đời...

NHỮNG NGÀY HOẰNG PHÁP

Những ngày hoằng pháp biết bao nhiêu kỷ niệm, nhưng rảnh đâu mà ghi lại. Ghi được một hai năm đầu, rồi sau đó bận quá, bỏ luôn quyển sổ. Bây giờ chỉ lướt qua những tấm ảnh mà "chú thích" lại, một chút bồi hồi những ngày "lãng du" cùng chiếc ba lô, chẳng khác nào "*nhất bát thiên gia phạn, cô thân vạn lý du...*"

Chùa Đông An...

Chùa nhỏ xíu, nằm ngay biên giới huyện Tân Hồng (Đồng Tháp). Bước ra một chút là thấy đồn biên phòng Bình Phú, và nhìn chéo qua sông Sở Thượng là đất nước Campuchia. Mười mấy năm trước, tôi đã lặn lội suốt nơi này để viết những bài phóng sự cho báo Văn Nghệ Đồng Tháp. Chân tôi ngập trong cát nóng, nhìn xung quanh chỉ có cây me keo là sống nổi, cát bụi bám trắng xóa lá cành. Mùa mưa thì lội bì bõm trong một thứ đất nhão nhoét pha với phân bò rã ra, ớn cả người. Không có xe cộ gì chạy được, tôi thường xuyên lội bộ 4, 5 cây số từ bến tắc ráng đến đồn biên phòng, hoặc đi vào nhà dân. Vậy mà mê đất, mê người nên cứ lặn lội đi. Và thương đồng bào mình ở chốn heo hút xa xôi. Đâu ngờ có ngày trở về nâng niu từng trái tim nhỏ bé...

Chỉ có điều... Choáng ngợp bất ngờ khi đi trên những con đường thênh thang như đại lộ, cắt ngang Đồng Tháp Mười như cắt ngang một cái bánh khổng lồ ngút ngàn lúa mượt. Bây giờ từ Tam Nông đi Tân Hồng, Tháp Mười đâu cần vòng ra đường liên tỉnh, mà cứ băng đồng theo tuyến đường mới êm ru. Thị trấn Sa Rài hồi nào như hòn đảo lọt giữa bốn bề nước lũ, nay to đùng nhà ngói nhà lầu, ăng-ten, in-tẹc-nét. Quả là sức nước sức dân đáng nể. Lặng lẽ làm nên một Đồng Tháp Mười đẹp như thế này đây. Nhờ vậy mà có thêm niềm tin để chống chọi với những tin tức tham nhũng, hối lộ hàng ngày chường lên mặt báo. Thôi thì, bàn tay có ngón vắn ngón dài, hãy biết hỷ xả và hy vọng.

Sư bà trụ trì hơn 80 tuổi, người gầy, nhẹ tênh như một áng mây. Tánh tình cũng nhẹ tênh, thanh thản. Cai quản một lũ con nít từ mẫu giáo tới lớp 10, 11, chỉ lo nấu cơm cho tụi nó ăn đã lau chau phát mệt. Lại còn đùa giỡn, nhảy nhót, ca hát. Đêm thứ bảy cả lũ xúm nhau ngủ lại chùa y như ký túc xá, coi tivi xong bèn nổi lửa nấu mì gói húp xì xụp thấy mà thương! Nhưng đừng tưởng... tới giờ tụng kinh là răm rắp Nam-mô, tới giờ đi kinh hành là chân trước nối chân sau im phăng phắc. Sư bà còn đem những bài kệ ra dạy, đứa nào cũng đọc thuộc lòng như cháo. Học ra học, chơi ra chơi, vừa nghiêm túc, vừa thoải mái. Thầy trò khổ hạnh nơi xứ nghèo mà vui, mà gắn bó. Tuần nào ba má không chở vô chùa là có đứa khóc mếu máo. Tụi nhỏ "ghiền" chùa là... tại sư bà. Sư bà dễ thương quá mà! Hổng ghiền sao được! Không ngờ "vùng biên địa" lại có bậc chân tu, và chúng sanh đâu có tệ!

Chùa nghèo, tôi phải "cải tạo" gian nhà kho cạnh chánh điện làm lớp học. Chẳng có bàn ghế, vội đi mua mấy chục bộ bàn ghế nhựa, thứ người ta dùng để mở quán cóc vỉa hè. Mua thêm mấy cây quạt gắn lên tường. Thế là học trò tôi có một lớp học "hoành tráng". Khổ nhất là bộ ampli cứ rè rè như người nghẹt mũi, học trò dỏng tai lên nghe cô giáo giảng tiếng được tiếng mất. Nhưng học giỏi dữ lắm. Bài nào cũng thuộc. Thuộc từ giáo trình Búp Sen Hồng cho tới cuốn Đố vui Phật pháp. Thứ gì vô tay tụi nhỏ cũng học hết trơn. Học như nỗi khát khao, say đắm. Vậy nên cô giáo quên hết 260 cây số ngồi xe rêm xương sống, và 260 cây số lượt về. Vài năm nữa chắc cô hết còn xuống đây với các con. Mỗi năm mỗi yếu dần đi. Các con lớn lẹ lên, biết đâu lên Sài Gòn học, cô trò mình lại gặp nhau.

Học xong, tụi nhỏ ở lại chùa ngủ luôn. Cô giáo lại đãi một chầu kem, mì gói, cà phê sữa. Mấy anh thanh niên trong xóm lân la tới chơi, cũng liên hoan tưng bừng và rộn ràng chuyện đạo. Có hôm, cô trò lấy máy chụp ảnh ra chụp và quay phim lẫn nhau, cười như nắc nẻ. Tội nghiệp, chỉ cần trông thấy mặt mình trên màn ảnh là các con cười sung sướng, niềm vui sao mà giản dị, đáng yêu. Tôi có dẫn theo thằng con trai duy nhất của mình, quay sang hỏi nó: "Con thương các em hôn?" Nó mỉm cười gật đầu. Vốn là con một, bây giờ tự dưng nó có "một bầy em", ngỡ ngàng thú vị lắm chứ!

Một hôm, tôi ngẫu hứng lý qua cầu, rủ học trò đi ra chợ xã ăn chè. Trời đất, đi 5 cây số lận đó cô! Hừm, cô đâu có ngán. Cô là phóng viên, đi bộ giỏi lắm nghen! Rồi, thì đi. Nhưng mà sư cô Thành ơi, sư cô với Út Xuân chạy hai chiếc honda kè theo nhé, vì con biết chắc sẽ có đứa mỏi giò, phải leo lên xe thôi. Nào, bắt đầu hành quân, một, hai...

Thầy trò rồng rắn kéo nhau ra lộ. Eo ơi, hai chục mạng chứ ít sao! Dọc đường còn "rước" thêm mấy em nữa nhập bọn. Vừa đi, vừa nhảy chân sáo, vừa reo hò, vừa... thở. Tới cảnh nào đẹp đẹp thì dừng lại "chộp hình". Cô ơi cô, chưa bao giờ tụi con vui như vầy! Cô ơi cô, tụi con kêu cô là mẹ nha! Ê, con nhỏ này, tránh ra cho tao nắm tay mẹ. Hông, tao nắm hà, mầy nắm nãy giờ rồi. Ứ ứ, mẹ ơi, hai đứa nó giành hoài, cho con nắm một chút đi! Thôi thôi, tụi con tranh nhau một hồi té xuống sình bây giờ. Rồi rồi, mỗi đứa nắm một tí. Hi hi, anh Ni bữa nay mất phần giành mẹ. Mai mốt anh Ni về thành phố tha hồ có mẹ nha.

Tới quán chè. Chủ quán trố mắt. Hả, hai mươi lăm ly. Làm lẹ lên. Trà đá đâu, uống trước đi, khát quá trời rồi. Ai da, muỗi, muỗi. Chạng vạng rồi, muỗi túa ra tấn công. Chủ quán đem ra cả chục cây quạt giấy. Mẹ, để con quạt cho mẹ. Thôi, mẹ tự quạt được mà. Chè xong rồi kìa, hai, ba, dzô! Ngon dễ sợ!

Tính tiền có hơn một trăm ngàn đồng mà lũ con xuýt xoa: "Tội nghiệp mẹ quá! Mẹ tốn tiền vì tụi con!" Tôi muốn rơi nước mắt. Bao nhiêu kẻ tiêu xài bạc tỷ của dân chưa hề biết xót như thế này.

Lại rồng rắn kéo nhau về. Trời tối mịt, mẹ con nắm chặt tay nhau dò dẫm qua từng vũng nước. Vậy mà vẫn có đứa sụp hố. Bùm! Sình văng lên. Áo mẹ, áo con đều tèm lem tuốt luốt. Hi hi, ha ha, he he... Vui quá mẹ ơi!

Năm cây số trở về, bắp chân mỏi nhừ, cứng ngắc. Một số "chiến binh" thua trận phải leo lên honda của sư cô và Út Xuân. Len lỏi qua bóng râm của hai hàng me keo bên đường, ánh trăng lưỡi liềm mỏng te như ráng nhăn răng cười cái đám cô trò "gàn" thấy sợ! Đi gần 10 cây số ăn có ly chè mà vui nỗi gì hổng biết! Nhân gian thiệt lạ thiệt lùng!

Về tới chùa, ly chè "biến" đâu mất tiêu, bụng lại sôi lên vì đói. Cô giáo lại đãi học trò chầu kem, sữa, mì gói, chứ ở thôn quê lấy đâu ra quà bánh. Hoan hô mì gói, đi đâu cũng có mi cứu bồ!

Sư bà cũng thức tới khuya chờ lũ học trò. Rồi giăng mùng cho tụi nhỏ ngủ. Rì rầm, rì rầm, tiếng lá tre xào xạc bên hiên chùa, tiếng con dế gáy thanh tao giữa đêm trường tĩnh mịch. Chập chờn một chốc đã nghe chuông mõ công phu ấm áp dịu dàng. Lũ trẻ không ai bảo mà tự động thức dậy, tụng kinh vang rền. Một ngày mới bắt đầu.

Nhưng cô giáo phải quay về thành phố. Tạm biệt các con. Tạm biệt. Đừng khóc. Rồi cô sẽ trở về thăm. Hãy giữ mãi tuổi thơ trong sáng nơi mái chùa quê. Một ngày nào đó các con lớn lên, sẽ hiểu những phút giây này là thiên đường giữa chốn trần gian...

MẸ CON

Nhân ngày 30 tháng 4 được nghỉ lễ, tôi tranh thủ về quê thăm các lớp Phật học thiếu nhi của mình tổ chức, mấy tháng nay vì quá bận nên giao hẳn cho quý thầy cô phụ trách. Đi một vòng thăm bốn chùa, di chuyển từ Sài Gòn xuống Định Yên, rồi vòng về cù lao An Hiệp, sau đó trở lên Sa Đéc, rất mệt, nhưng vui.

Các em rất mừng khi nhận những món quà thưởng tôi mang về, và những trò chơi, câu đố sinh động. Nhưng nhiều học trò cũ thì mừng bởi đơn giản là gặp lại cô giáo sau thời gian xa cách. Những đứa bé của Trúc Lâm năm nào bây giờ đã là thiếu nữ với chiếc áo dài trắng thuỳ mị, xinh đẹp. Các em nghe tin tôi về vội chạy bay tới chùa, có đứa vẫn gọi tôi là mẹ như hồi xưa. Tối đó mấy mẹ con ngồi quây quần bên nhau nói chuyện không dứt.

Nhớ năm ấy, tôi về Trúc Lâm phải qua con sông khá lớn, lại còn đi tiếp một đoạn rạch ngoằn ngoèo mới tới ngôi chùa nhỏ xíu, cột kèo xiêu vẹo. Tôi tận dụng căn nhà kho để dạy học. Lứa học trò đầu tiên ngơ ngác lắm, chỉ trong khoảng từ 6 tới 10 tuổi. Nhưng chỉ một hai lần là chúng đã quấn quít lấy tôi và kêu bằng “mẹ” ngon lành. Buổi tối, đứa nào cũng đòi ngủ với tôi, sư cô Duyên phải sắp xếp cho chúng một chiếc giường riêng, như vậy khỏi phân bì. Riêng con Bé Hai thường được tôi cho ngủ chung, vì mẹ nó có chồng khác, có vẻ như nó rất thiếu tình cảm, hay tủi thân, hờn giận. Nó ôm tôi cả đêm, còn ban ngày thì cạo gió cho tôi, chăm sóc từng đôi dép, đôi giày. Tôi cũng ôm nó vào lòng, coi như con của mình.

Có hôm, tôi bắt đứa nào cũng phải về nhà ngủ, thì sáng hôm sau mới 5 giờ, trời còn tù mù chúng đã gõ cửa chùa và ào hết vô mùng ôm lấy mẹ Kim. Thằng Núm Rơm, con Dung, con Thùy... Sương lạnh, mưa lắc rắc, gió từ sông thổi vào buốt da, tóc đứa nào cũng ướt, tay chân lạnh cóng. Chúng giành nằm cạnh mẹ, cãi nhau chí choé, đè nhau bẹp dí. Tôi lấy chăn trùm hết cả bọn, và "*phân công*" mỗi đứa được mẹ ôm một tí thì phải đổi chỗ cho đứa khác. Thằng Núm Rơm mẹ chết từ hồi nó còn nhỏ xíu, ba nó lấy vợ khác, ở xa, nó sống với ông ngoại và dì, nổi tiếng lì lợm nhất xóm, vậy mà tôi về mấy tháng đã nghe hàng xóm khen nó ngoan dần. Tôi thường âu yếm gọi nó: "*Con trai của mẹ!*" y như gọi thằng Rani của tôi. Con Thùy cũng sống với ông bà ngoại, tánh tình hồn nhiên, mặt mày xinh đẹp. Con Dung có mẹ mà vẫn thương tôi, lẽo đẽo theo suốt. Nó đông em, tay ẵm đứa này, tay dắt đứa kia, không khác hình ảnh của tôi thời thơ ấu. Tôi cho nó cái bánh nào nó cũng để dành đem về cho em. Cả bọn chui vào lòng tôi và xuýt xoa: "*Mẹ thơm quá!*" Tôi tức cười, thơm nỗi gì, mới cạo gió hồi đêm, sực mùi dầu thì có! Nó thương nên thấy cái gì cũng thương. Tôi cũng đã thương mùi mồ hôi, mùi cỏ, mùi khét nắng của chúng. Chợt nghĩ, phải tìm cho đám con vài bộ quần áo mới, đứa nào cũng ăn mặc lấm lem quá...

Hồi tối, dẫn cả chục đứa đi ăn hủ tiếu trong cái quán nhỏ tí ở xóm. Đứa nào cũng tranh nhau dắt tay mẹ, tranh cầm đèn pin soi cho mẹ. Mỗi tô hủ tiếu có 2.000 đồng, mẹ con húp xì xụp. Xong, mẹ con chạy về chùa trốn mưa. Sáng chúa nhật, lớp học bắt đầu. Nhưng 6 giờ mẹ con cũng tranh thủ đi chợ được một chuyến. Rồng rắn kéo nhau đi trên đường làng, con lại giành nắm tay mẹ, đến mức phải "chia ca" mỗi đứa nắm một hồi. Chợ xã An Hiệp cách chùa 1 km, đường đất đầy sương và thơm thơm mùi cỏ. Lũ con nói ríu rít không ngừng, mẹ Kim nghe không kịp thở. Con sợ mẹ là dân thành phố đi bộ không quen nên giành xách hết mấy cái giỏ. Người ở chợ một phen kinh ngạc không biết "đoàn đại biểu" này mua gì mà đông dữ vậy. Nhưng lâu ngày rồi quen, cả xóm khi vừa thấy chúng tôi đã mỉm cười chào: "Mấy mẹ con vui ghê nghen!", "Tụi bây có mẹ về sướng quá hén!" Tôi mua mấy bó hoa cúng Phật, mua tàu hủ, bún, rau, giá, dưa leo, nước tương, đường, đậu... đem về chùa, lại còn mua bánh bò, bánh bông lan cho các con. Trẻ con lúc nào chả thèm bánh. Có lần còn mua tặng mỗi đứa một bình nhựa đựng nước đi học, chúng reo lên sung sướng. Rồi mẹ con tôi ăn bún riêu, ngồi chật cả quán, vui hết biết!

Chuyến về, lại ríu rít như chim. Bầy chim trên cây thấy "*bầy chim*" này "*hót*" dữ quá, hết hồn im tiếng! Các con lại tranh nhau chỉ nhà của bạn này, nhà của bạn kia, kể vanh vách hoàn cảnh mỗi bạn. Ngược lại, trẻ con thành phố học chung lớp, ngồi cạnh nhau nhưng chưa chắc biết nhà nhau và biết gia cảnh, tâm tư bạn mình. Tụi nhỏ còn chỉ cho tôi xem ngôi trường tiểu học của chúng. Ngôi trường nghèo, chỉ có vài lớp xập xệ, vôi vữa ngả màu cũ kỹ. Tôi chợt ứa nước mắt nhớ ngôi trường xưa của mình, cũng y như thế. Nhưng chính nơi đó tôi đã lớn khôn. Biết đâu sau này lũ con của tôi cũng lớn khôn, và chúng sẽ quay về dìu dắt thế hệ tiếp theo.

Chúng tôi đi, đường làng quanh co uốn lượn, cỏ rất xanh, lúa nõn nà, ngoài bến sông sóng vẫn vỗ vào bờ bãi cù lao...

Bây giờ thì tôi không cần cho các em món quà gì nữa, các em chỉ cần ở bên tôi ôn lại quãng thời gian ấu thơ là đã vui rồi, đứa nào cũng long lanh đôi mắt. Tôi nghĩ rằng mình không chỉ cho đi những kiến thức Phật học, mà còn cho các em một tuổi thơ tuyệt đẹp với tiếng cười, niềm vui, mộng mơ, thân ái. Mẹ con chúng tôi đã có những ngày hạnh phúc bên mái chùa nghèo, để các em lấy đó làm hành trang vào đời. Tuổi thơ là nền tảng quan trọng của nhân cách, và tôi tin các em sẽ trở thành những người tốt từ nền tảng đó. Bây giờ thì mẹ con chúng tôi ngồi chia sẻ với nhau những nỗi niềm, những tâm sự, "*người lớn*" hơn một chút, sâu sắc hơn một chút. Tôi trở thành nhà tư vấn cho các em về nghề nghiệp, về xã hội, về gia đình... Mọi thứ đều rất "*đời*" nhưng vẫn nằm trong lòng Phật pháp.

Các em quyến luyến không muốn về nhà, nhưng tôi nhìn đồng hồ đã 9g30, trời tối đen, buộc các em phải về, sợ nguy hiểm. Ở nông thôn không có đèn đường, nhà nhà 8 giờ đã đóng cửa, chúng tôi ngồi tới giờ này đã là phá lệ.

Đêm đầy sao, mỗi ngôi sao lấp lánh là một đứa con của tôi lớn lên rạng ngời, nhân hậu.

HỌC NHO

Tuần trước, giảng bài Phật giáo thời nhà Lý, có thiền phái Thảo Đường, một trong các đặc điểm là "*dung hợp Phật-Nho*". Học trò hỏi: "Cô ơi, Nho giáo là thế nào?" Nói sao để các em hiểu? Vậy là quyết định phải có một buổi hướng dẫn các em lướt sơ qua Nho giáo. Dù sao, ở một đất nước chịu ảnh hưởng của "*Tam giáo đồng nguyên*" mà các em không hiểu chút gì về Nho - Lão - Phật thì cũng đáng tiếc.

Ôm một đống sách ra nghiên cứu lại. Suốt một tuần, Tứ thư, Ngũ kinh gối đầu giường. Và bất ngờ thay, đọc lại lời thánh hiền thấy hay hơn xưa, bởi đời đã trải nghiệm thêm nhiều, có những cái thấm hơn, hiểu hơn, đem đối chiếu với sách lại càng tâm đắc. Khổ nỗi, rút gọn làm sao để hơn ngàn trang chỉ còn vài tờ đủ trình bày trong một buổi chiều? Giống như sắc thuốc Bắc, ba chén còn tám phân, cực quá! Chọn lọc mãi, đánh máy được 5 trang A4, tuy ít nhưng hầu như đã đầy đủ phần tinh túy nhất của Nho giáo.

Vào lớp, hỏi thử các em xem biết về Nho giáo ra sao. Có đứa lắc đầu. Có đứa biết lõm bõm vài câu *Tam cương, Ngũ thường, Nam nữ thọ thọ bất thân, Nhứt nam viết hữu, thập nữ viết vô*... Y như nhiều người ngoài đời, biết Nho giáo bằng cách trích ngang vài câu, rồi suy luận Nho giáo lạc hậu, vô ích, thậm chí có hại. Giống như khi ta tình cờ gặp lúc một người đang nổi quạu, rồi khái quát luôn rằng người đó xấu xa thì oan quá. Phải biết người ta đầy đủ hơn, nhiều khía cạnh hơn, mới đánh giá được. Nho giáo cũng thế, phải nghiên cứu sâu xa thì mới không sai lệch. Nếu không, chắc nó chẳng tồn tại qua 25 thế kỷ. Hiện nay, Trung Quốc đang phục hồi những khía cạnh tích cực của Nho giáo để chống lại tình trạng đạo đức xã hội suy đồi, quan lại cán bộ tha hóa. Xã hội

Việt Nam chắc cũng phải chọn lựa những cái tốt của Nho và Phật để gầy dựng lại sự tan vỡ trong những thế hệ sau này.

Bài dài hơn mọi hôm, nhưng học trò ngồi nghe tới gần 6 giờ chiều vẫn không chịu nghỉ. Tôi giảng chuyện xưa nhưng dẫn chứng chuyện nay, nên các em thấy gần gũi, dễ hiểu. Thí dụ, Khổng Tử nói "*lễ mà không kính thì không còn là lễ*", tôi liên hệ tới vụ bánh dầy của Đầm Sen đem ra Bắc giỗ tổ Hùng Vương mà độn mút xốp bên trong. Hình thức của lễ thì hoành tráng lắm, nhưng toan tính lập kỷ lục để quảng cáo nhiều hơn tấm lòng thành kính, cho nên rốt cuộc vẫn không phải là lễ. Rồi "*tu thân, tề gia, trị quốc, bình thiên hạ*", thử nhìn những ông cán bộ "được" lên báo, nào đánh bạc, tham nhũng, thì vợ con ở nhà làm sao dạy được, tất phải đi đua xe, thuốc lắc, vũ trường. *Tề gia* không được, làm sao *trị quốc*, lãnh đạo ban ngành, khỏi nói tới bình thiên hạ, là lãnh đạo cả thế giới. Học tới chữ "*chính trị*" của Khổng Tử, có đoạn nói "*chính trị hay dở là tùy người hành chính chứ không phải chính thể*", tôi nhắc lại chế độ phong kiến cũng có những giai đoạn rực rỡ nhờ ông vua rất tốt. Có những nhà chính trị ước mơ xã hội công bằng, nhân dân hạnh phúc, nhưng tại sao lại không thể thực hiện trọn vẹn? Thật ra, bản năng con người là làm biếng và thích hưởng thụ, cho nên vẫn có những kẻ ham vơ vét của người khác hơn là cống hiến. Thế là người này sẽ tức giận khi thấy mình phải cày bừa cho người kia hưởng. Vậy là có đấu tranh. Từ cái tham sân si mà xã hội lòng vòng mãi trong sự bất công. Chỉ khác nhau là tùy theo nhà lãnh đạo tốt hay xấu thì bất công nhiều hay ít mà thôi, chứ không bao giờ có công bằng tuyệt đối. Kiến trúc sư vẽ ngôi nhà quá lý tưởng, nhưng thầy thợ thi công không nổi, vì mỗi người còn nặng tham sân si. Ngay cả Khổng Tử cũng thiết kế nên xã hội lý tưởng mà ở đó người ta coi trọng lễ, nhạc, hiếu, trung, đạo đức... nhưng có được đâu. Xã hội nào thực hiện chừng

50% lời Ngài dạy đã là quá thịnh trị rồi. Và Phật Thích Ca cũng thế, từng lặn lội bao nhiêu đồi núi sông hồ, trải bao mưa nắng gian truân, thuyết giảng 49 năm trời nhưng chúng sanh có đứa cũng chẳng chịu nghe. Cuộc cách mạng giai cấp mà Đức Phật khởi xướng đến bây giờ vẫn chưa xong, ở Ấn Độ người ta vẫn còn kỳ thị tầng lớp bên dưới đó thôi. Thấy thương cho những bậc thánh nhân, hiền triết, đau đáu tấm lòng vì cuộc đời, vì nhân sinh!

Quyển Đại học (trong bộ Tứ thư) chỉ có 205 chữ mà thực hiện được cũng đủ thành hiền tài. Người Trung Hoa xưa 15 tuổi đã phải học quyển này để làm "người lớn", nên sách Đại học nghĩa là "*sách dạy cho người lớn*". Vừa dậy thì, là lúc hình thành nhân cách mạnh mẽ nhất, đã được uốn nắn đạo đức và nuôi chí lớn "*trị quốc, bình thiên hạ*", nghĩa là nuôi lý tưởng sửa mình rồi giúp đời. So lại nền giáo dục chúng ta bây giờ, hầu như không có môn học nào, giờ học nào hun đúc ý chí, lý tưởng cho lớp trẻ. Ta cứ coi chúng như con nít, đến nỗi văn mà cũng làm bài mẫu giùm cho, thảo nào chúng ngơ ngác như còn bám váy mẹ. Nhưng càng ngơ ngác trước cuộc đời bao la, lý tưởng, thì chúng lại sử dụng trí thông minh và năng lực dồi dào của tuổi trẻ vào những chuyện vặt như thời trang, giải trí, yêu đương, phim sex, chat chit tầm phào. Cái khôn lỏi này đâu phải cái trí của người nuôi lý tưởng lớn hơn? Nhìn lớp trẻ mà ngao ngán, đó là hệ quả của một nền giáo dục như thế. Chưa hết, Khổng Tử còn đề cập đến một cách học "*Vật có bốn góc, đã chỉ cho một góc mà không biết cách suy ra ba góc kia thì ta không dạy nữa*", quả thật rất hiện đại như kiểu giáo dục của các nước tiên tiến. Ở đó, người thầy chỉ gợi ý thôi, và học sinh phải tự tìm tòi, suy luận. Còn mình, bắt học thêm để giải toán giùm, làm văn giùm, thậm chí học dở quá thì... cho điểm giùm luôn, để em lên lớp, cô giáo không mất thi đua. Báo đăng nhiều em tới lớp 6 mà đọc chữ không chạy. Sinh viên đại học thì copy luận văn của nhau, của thầy.

Mình lạc hậu hơn Khổng Tử nhiều lắm, vậy mà cứ nói Khổng Tử lạc hậu!

Học trò tôi tròn xoe mắt khám phá Nho giáo. Dù buổi học chỉ như cưỡi ngựa xem hoa, nhưng ít ra các em đã nắm được kiến thức một cách hệ thống, rồi từ đó tự phăng ra tham khảo thêm. Vấn đề quan trọng là học xong có áp dụng được gì không? Chắc không đến nỗi vô ích. Nhìn những gương mặt sáng ngời kia, tôi tin rằng lời Phật, lời Khổng đã thấm vào lòng chúng. Chúng ta rất cần đọc lại lời người xưa để chọn lọc lấy những gì còn phù hợp, giúp cho cuộc sống tốt đẹp hơn. Một thời, chúng ta giẫm đạp lên quá khứ nên mới có những hiện trạng đau lòng như thế này đây!

THIỆN ÁC

Những năm gần đây cuộc sống cứ phập phồng xôn xao thế nào ấy. Hằng ngày mở tờ báo thấy phần nhiều là tin tham nhũng, chiếm đất của dân, mãi lộ giao thông, lâm tặc hoành hành, kẻ cướp chém người, buôn người qua biên giới, dụ dỗ bán thận, rồi lạm phát, giá gạo tăng đột biến, giá xăng tăng, cá tra ế ẩm, nông dân vỡ nợ, học sinh bỏ học, sách giáo khoa tăng giá, học sinh chửi thầy, đến lượt cô giáo ngược đãi học sinh, bạo lực trong gia đình tới nhà trường, phim sex phát tán trên mạng, công nhân bị dụ tình, trẻ vị thành niên bị hãm hiếp... Rồi kẹt xe, ngập lụt, sập cầu... Chao ôi, sao mà buồn! Có đứa bạn buột miệng: "Cái thiện còn ít quá!" Không biết nó có bi quan?

Chợt nhớ ông thiện và ông ác thờ trong chùa. Một ông chuyên xây dựng điều thiện, nên nét mặt hiền lành, đẹp đẽ. Một ông chuyên diệt trừ cái ác, nên nét mặt dữ tợn, binh khí giắt đầy người. Hình như nhiệm vụ của ông ác nặng nề hơn, nguy hiểm hơn, vì ông có thể mất mạng, hoặc thiệt hại do phản ứng của kẻ xấu. Trong cuộc chiến, dù thắng đi chăng nữa, ít nhiều cũng phải bị thiệt hại, thương vong. Và người có dũng khí "đóng vai ông ác" không nhiều. Cho nên, tôi khâm phục họ, kính trọng họ. Cũng thấy xấu hổ khi biết bản thân mình không dám làm "ông ác" trừ gian diệt bạo. Thôi thì, cố gắng đóng vai ông thiện đi xây dựng cái tốt cho ông ác đỡ phần nặng nhọc, hy sinh.

Mỗi người chỉ có hai bàn tay nhỏ bé, nhưng nếu ráng sức trồng một cây xanh thì triệu cây sẽ lớn thành rừng. Tôi đi dạy học, ráng trồng một cái cây trong tâm hồn đứa bé, hy vọng 15 năm sau nó lớn lên thành cột kèo cho ngôi nhà chung. Phải ráng nuôi dưỡng những mầm sống mới. Không có hy vọng, người ta không sống nổi đâu. Than thở cũng chẳng ích gì, phải bắt tay làm cái gì đó, dù nhỏ xíu. Rốt cuộc, công việc dạy học vẫn là thích hợp nhất. Thảo nào ngày xưa khi các vị quan chán bỏ thế cuộc thường về nhà dạy học. Dạy học là nuôi dưỡng cái mầm hy vọng cho mai sau. Rồi hết mưa trời lại nắng.

Nói vậy chứ ... Ông thiện đứng trong chùa mặt rất đẹp, nhưng không cười!

NỖI BUỒN MÙA PHẬT ĐẢN

Phật Đản năm nay rất tưng bừng, vì Việt Nam được Liên Hiệp Quốc đồng ý cho phép tổ chức lễ *Vesak* thế giới. Cả nước từ trung ương đến địa phương đều trang hoàng và làm lễ tốt hơn mọi năm. Ai lại không thấy vinh hạnh!

Nhưng, trong niềm vui đó, vẫn gợn lên một chút ưu tư...

Tôi về quê, ghé thăm một vị thầy trẻ từng thân thiết với mình hồi còn đi học Phật học tại Sài Gòn, nay thầy về nhận chùa gần ba năm. Trông thấy ngôi Tam Bảo mà choáng váng. Hồi nào thầy than không có tiền trùng tu, bây giờ có người giúp đỡ dĩ nhiên tôi rất mừng. Nhưng nhìn cơ ngơi đồ sộ đến mức hình như không hòa hợp với bối cảnh chung quanh, và với cả nội dung bên trong. Những tượng Phật bằng đá đắt tiền trông hơi xa xỉ so với bối cảnh quanh đây là biết bao dân nghèo và ít học. Một cây đèn dược sư bằng gỗ quý mấy chục triệu đồng. Rồi những dãy nhà thênh thang nhưng không có hoạt động gì thì lấy ai về ở? Mấy năm trước, tôi bảo thầy xây dựng vừa phải thôi, còn dành thời gian và tiền bạc mà lo giáo hóa người dân, bởi hiện nay địa phương mong tăng ni trẻ về quê là để nâng cao trình độ dân chúng, giúp họ tu học trở thành người hiểu biết, hiền thiện. Điều đó mới là quan trọng nhất. Xây chùa cũng cần, nhưng xây pháp phải đi đôi. Giáo pháp còn thì đạo Phật mới thật sự còn, nếu không đạo Phật chỉ có cái vỏ thờ cúng, nghi lễ rình rang như một thứ tín ngưỡng. Tôi đến nhiều địa phương, thấy hình như đang có xu hướng xây cất chùa to Phật lớn, coi đó là "sự nghiệp" cả đời, hơn là quan tâm đến sự nghiệp phát triển trí tuệ, đạo đức cho Phật tử. Nhiều vùng sâu vùng xa mà cũng mọc lên những ngôi chùa hoành tráng, rồi bỏ mặc cho bụi thời gian vây phủ.

Có chùa, lớp gạch bông đang tốt mà thầy tự nhiên đòi lột ra lót lại, tốn chục triệu như chơi, nhưng lại không dám bỏ vài trăm ngàn ra mời giảng sư về thuyết pháp, nói gì mở cả lớp giáo lý hoặc đạo tràng tu học thường xuyên. Nhiều vị xây chùa để cạnh tranh uy tín, bảo rằng phải làm to nhất tỉnh mới nghe, cái động cơ xem ra đã không còn trong sáng.

Chúng ta cần nói thật với nhau như thế, đừng sợ mích lòng. Thiết nghĩ, Đức Phật đản sinh nơi rừng cây, thành đạo dưới gốc cây, và nhập Niết Bàn cũng tại rừng cây, nghĩa là Ngài từ bỏ cung vàng điện ngọc, từ bỏ cả những tinh xá của các vị vua xây để cúng dường, thì sá gì những ngôi chùa chúng ta hiện nay. Tôi quan niệm tại những trung tâm chính thì nên xây chùa to, đẹp, mang dấu ấn văn hóa, còn những vùng phụ cận hoặc nông thôn xa xôi thì xây vừa phải, phù hợp với đại đa số dân chúng còn nghèo khó, hài hòa với môi trường thiên nhiên chung quanh. Còn lại thời gian, tiền bạc và sức khỏe thì tập trung mở mang những đạo tràng tu học cho Phật tử, và tạo điều kiện cho tăng ni trẻ cống hiến sau khi ra trường. Không có hoạt động Phật sự, người trẻ lánh mình trên thành phố luôn, vì họ không thích về quê chỉ để lau chùa, làm đám quanh năm.

Phật giáo cần cái nội dung bên trong, chứ bề ngoài đã tinh tươm lắm rồi. Thử tính số tiền xây chùa và số tiền đầu tư cho việc tu học, giáo dục, sẽ thấy chênh lệch gấp trăm, ngàn lần. Vậy không buồn sao được? Hoặc giả, với số tiền xây một ngôi chùa hoành tráng thì có thể san sẻ ra để xây hai, ba ngôi vừa vừa, rải đều trong địa bàn rộng lớn. Có nhiều nơi trong vòng đường kính 20 hoặc 50 cây số mà không có ngôi Tam Bảo làm điểm tựa tâm linh cho quần chúng, dân ở đó nói rằng rất thèm nghe tiếng chuông mõ sớm chiều. Nên chăng có sự chăm sóc tinh thần cho người dân một cách gần gũi thiết thực hơn.

Phật đản sanh là để khai thị chúng sanh ngộ nhập Phật tri kiến chứ đâu phải nhập chùa, nhập đám rình rang. Làm gì cũng phải giữ trung đạo, nơi thờ cúng mà tuềnh toàng quá thì có lỗi, mà xa xỉ quá cũng là đi ngược với trái tim Đức Phật.

PHẬT TỬ

Ngày rằm, đi chùa ở Tiền Giang, lên xe đò ngồi cạnh một ông khách. Ông ta cười cười nói với tôi: "Ờ, vô chùa thấy toàn mấy bà, mấy cô, nhứt là mấy bà ở giá, thôi chồng, hoặc ở nhà ăn hiếp chồng, thu tóm tiền bạc nên vô chùa cho bớt tội. Tui cũng chở vợ đi chùa, nhưng bả vô lạy, còn tui đứng ngoài cổng chờ, xong rồi chở về."

Tôi nghe, hết biết đường trả lời. Thật ra, tôi đang tính cách trả lời thế nào cho ông khách này hiểu về giới Phật tử của mình. Trước hết là buồn cái đã. Hiện nay, đa số người vẫn có cách nghĩ giống như ông ta, nhưng nghĩ lại, làm sao trách họ được? Bởi vì "*tiên trách kỷ, hậu trách nhân*", mình thử nhìn lại mình mà xem...

Rõ ràng, nếu thử thống kê sẽ thấy Phật tử chúng ta hiện nay đa số là phụ nữ, và là giới bình dân, người già, ít học hành, thường vô chùa với tính cách cầu xin, cúng vái, có khi mang theo màu sắc mê tín, thậm chí còn thị phi phức tạp trong chùa nữa. Đi chùa hoài mà không thay đổi, không tiến bộ, nên mới bị người ta phê phán. Một cộng đồng như thế khiến người trẻ, người trí thức, đặc biệt nam giới, ngại ngần không muốn gia nhập.

Từ chỗ "đánh giá" Phật tử mà họ "đánh giá" luôn cả đạo Phật. Thật sự là một sự thiệt thòi cho chính những người đó và cho cả đạo Phật. Bởi đạo Phật là đạo trí tuệ, rất cần thu hút lực lượng trẻ, trí thức, tại sao chúng ta lại không làm được? Dĩ nhiên không ai phủ nhận công lao đóng góp của đội ngũ Phật tử hiện nay, nhưng chúng ta không thể bằng lòng mãi như vậy, mà nên nghĩ cách nâng cấp lên, làm sao cho mọi thành phần đều tìm đến và nhận được sự an lành từ ánh sáng của Phật đà.

Muốn tiến hành nâng cấp Phật tử, không gì khác hơn ngoài công tác giáo dục. Hiện nay rất nhiều chùa chỉ chú trọng việc lễ, đám rình rang, mà thiếu tổ chức những buổi thuyết pháp, những lớp học giáo lý, hoặc chương trình văn nghệ Phật giáo, làm báo tường, dạy Anh văn, vi tính. Nếu làm được công tác giáo dục này thì các bà các cô mở rộng hiểu biết, vô chùa đỡ mê tín, đỡ thị phi. Mặt khác, người trí thức thấy đạo Phật có học hành đàng hoàng, họ sẽ tìm hiểu, nghiên cứu, rồi mới tin tưởng. Giới trẻ thì có các môn học và phong trào hấp dẫn, sẽ chịu lui tới cổng chùa. Như vậy, chúng ta vừa nâng cấp đội ngũ Phật tử cũ, song song với thu hút đội ngũ Phật tử mới.

Không đến nỗi quá khó. Chỉ cần vị trụ trì quyết tâm là làm được. Nhiều chùa trong vùng sâu vùng xa nhưng vị trụ trì rất cấp tiến, mở lớp dạy giáo lý, dạy múa hát, khiến lớp trẻ kéo về nườm nượp. Chúng ta có thể tham quan và nhân rộng mô hình đó ra.

Nghĩ ngợi một hồi, tôi chỉ biết nói với ông khách một câu: "Thôi, anh ráng chịu khó bước vô cổng chùa thử xem. Có khi đứng ngoài không thấy hết cái hay, cái đẹp đâu. Chuyện đời luôn lẫn lộn tốt xấu, anh vô thử, rồi lọc lấy cái tốt cho mình, còn cái xấu để lại, hoặc 'ngon' hơn nữa thì giúp người ta cải cách. Biết đâu, anh 'đi sau' bà xã mà 'về trước' hổng chừng! Bả sẽ bái phục anh, cảm ơn anh!"

Và cũng xin gởi luôn câu đó đến với những ai chưa một lần thử bước vào cổng chùa vì định kiến của mình. Quý vị ơi, trái tim mình không mở ra thì cánh cổng nào cũng là khép chặt!

CÂY HÃY CÒN NON

Hiện nay đang là mùa tuyển sinh của các lớp trung cấp Phật học tại nhiều tỉnh, là cơ hội tốt cho các tăng ni trẻ tham gia học tập. Tuy nhiên, có một thực trạng không biết có nên khuyến khích hay cần phải khuyên ngăn dừng lại?

Đó là thực trạng một số vị thầy tổ cho đệ tử mình vào học trung cấp khi đệ tử còn chưa tốt nghiệp trung học phổ thông ngoài đời. Có vị đang ngồi ghế lớp 9, lớp 10 đã được sư phụ cho chuyển sang hệ bổ túc, để đi học vào ban đêm, còn ban ngày thì đến lớp Phật học. Thử hỏi, một người chưa qua tuổi 18, vẫn như một thiếu niên non nớt, mà gánh trên vai một lúc hai chương trình học như thế, làm sao kham nổi? Chương trình phổ thông vốn đã nặng nề, ai cũng kêu than, giải quyết xong bài vở đã đuối cho mấy cô chú sa di lắm rồi. Khi chuyển sang hệ bổ túc dĩ nhiên chương trình có nhẹ đi, nhưng đó lại là một sự đánh đổi đáng tiếc, bởi hệ bổ túc không thể nào tốt hơn hệ chính quy, tự nhiên người học thiệt thòi. Rốt cuộc, khi gánh hai chương trình, những học viên này phải học theo kiểu đối phó, thế học lẫn Phật học đều không chất lượng. Vì vậy mới có tình trạng người có bằng cấp hẳn hoi mà không viết nổi một văn bản suôn sẻ, không hướng dẫn được đạo tràng...

Nhưng còn tai hại hơn nữa, khi đạo hạnh chưa thâm sâu thì cái bằng cấp vô tình tiếp tay cho lòng ngã mạn của tuổi trẻ, gây nên những điều đáng tiếc.

Xin quý vị trụ trì, thầy tổ hãy bình tĩnh mà nuôi đệ tử như trồng một cái cây, nếu chưa đủ năm tháng thì đừng bắt nó ra hoa, kết trái sớm quá, để rồi chỉ vài lứa thu hoạch vội vàng cái cây đó sẽ èo uột nhanh chóng. Nhiều nhà vườn đã mạnh dạn cắt bỏ lứa trái chiến để dưỡng cây kia mà. Hãy để các cô chú sa di non nớt của chúng ta được ngồi yên trong ngôi trường phổ thông, học hành trọn vẹn. Kinh nghiệm cho thấy những vị nào học giỏi phần thế học thì sau này sẽ tiếp thu rất tốt phần Phật học, không cần phải nôn nóng. Nếu cần, thì thầy tổ tại chùa có thể bồi dưỡng hằng ngày về kinh kệ, giới luật, chữ Hán, chuẩn bị một số vốn liếng để khi bước vào trung cấp Phật học không quá bỡ ngỡ. (Bởi theo chúng tôi biết, các học viên trung cấp sợ nhất môn Hán văn, lơ mơ là "bơi" theo không kịp.). Vậy cũng là khá nhiều đối với lứa tuổi thiếu niên, vì còn biết bao chuyện chấp tác trong chùa, đám sám, lễ lạc quanh năm. Khi xong phần thế học, các cô chú sa di sẽ tập trung vào Phật học một cách tối đa, bảo đảm chất lượng.

Thêm một vấn đề nữa, các vị đệ tử còn nhỏ tuổi mà đã xa lìa sự dạy dỗ, chăm sóc của thầy tổ thì có nguy cơ không tốt. Trường Phật học dĩ nhiên cũng có thanh quy, nhưng vì quá đông nên không thể nào bằng cái tình gần gũi của thầy trò tại nơi trú xứ, vì vậy dễ xảy ra những tiêu cực, đặc biệt với lứa tuổi chưa đủ lớn, chưa đủ nhận định, bản lĩnh. Cây còn non thì phải được sự che chắn gió bão, nếu không gãy cành như chơi!

Cuối cùng, ngồi tính toán thì một người tốt nghiệp lớp 12 mới 18 tuổi, học trung cấp Phật học 3 năm, mới 21 tuổi, học tiếp Cao cấp hoặc Cao đẳng 4 năm nữa, cũng chỉ 25 tuổi. Đâu đã gọi là già? Các vị tôn túc còn e tuổi đó đạo hạnh chưa vững, sợ khi ra làm Phật sự còn vướng phải nhiều hệ lụy nữa kia. Xu hướng hiện nay là "*trẻ hóa cán bộ*", hầu hết mọi người đều tán đồng, nhưng không có nghĩa là phải trẻ hóa bằng mọi cách đến mức quên đi cái chuẩn cần thiết cho một vị tu sĩ về học lực, phẩm hạnh. Vì vậy, chúng ta khẩn trương nhưng không vội vàng mà đào tạo ra những cây non, kém chất lượng. Thà chậm một vài năm nhưng gặt hái thành quả lâu dài.

LỢI KHẨU

Trại sáng tác văn học Phật giáo do Thành Hội Phật giáo Thành phố Hồ Chí Minh tổ chức lần đầu tiên. Có đến gần 40 tăng ni và Phật tử tham gia, rất vui. Sau những ngày ngồi tại lớp để nghe các nhà văn, nhà thơ trao đổi chuyên môn, mọi người được lên đường đi thực tế. Chủ yếu là đi viếng các chùa nổi tiếng ở miền Đông như Thường Chiếu, Viên Chiếu, Linh Chiếu, Chân Không, Linh Quang tịnh xá.v.v... Có cả những buổi tắm biển hoặc lang thang ngắm biển, ngắm trời, leo núi đến rã chân...

Ban đêm, mọi người quây quần đọc thơ, đàm đạo. Có bổ ích, mà cũng có... giận hờn, vì người này phê thơ người kia, người nọ sửa văn giùm người khác... Ôi thôi, đụng chuyện đi, rồi mới thấy cái "ngã" nó bự chảng! Nhưng không sao, cuối cùng vẫn là dư âm luyến nhớ, thắt chặt thêm tình đồng đạo.

Linh Quang tịnh xá nằm trên một ngọn núi không cao lắm, leo vừa đủ mệt thì đã tới nơi. Hớn hở ngồi vào một góc đá nhô ra có tàn cây tuyệt đẹp làm hậu cảnh, tha hồ cho bác phó nhòm bấm máy. Buổi tối, góc đá ấy trở thành nơi cả nhóm ngồi đàm đạo thơ văn. Một hồi thì bắt đầu "chia phe", thành từng nhóm nhỏ, hợp với nhau chuyện gì thì túm lại nói riêng với nhau. Tôi và thầy Q.T, Q.K đã có một cuộc trao đổi thật thú vị.

- Diệu Kim thấy quý sư cô ở Viên Chiếu như thế nào? Thầy nghĩ Phật giáo phải có những vị tu hành như thế.

Tôi nhớ tới cảnh quý sư cô ngồi thiền im phăng phắc. Thiền đường mờ mờ ngọn đèn, tỏa khói trầm thơm dịu. Những dáng người trang nghiêm, toát ra một năng lực kỳ lạ không thể diễn tả bằng lời. Năng lực ấy khiến chúng tôi ngồi trên băng đá ngoài sân vườn tự dưng cũng im phăng phắc theo. Chúng tôi cảm nhận rất rõ có một điều gì đó đang lan tỏa trong không gian tĩnh mịch, làm lòng mình khinh an, nhẹ nhõm. Và cái đẹp, cảm nhận một cái đẹp từ bức tranh thiền trước mắt, với những nét chấm phá giản dị nhưng rung động lòng người.

- Thưa thầy, con rất ngưỡng mộ quý sư cô. Ngưỡng mộ tất cả những vị đang hạ thủ công phu tu hành nghiêm mật. Đúng là thời đại ngày nay đã ít dần những bậc đắc đạo, coi như những minh chứng hùng hồn cho Phật giáo.

- Chính vì vậy thầy đang suy nghĩ tới công việc giảng dạy của mình và của nhiều vị khác. Liệu có tốt không khi quá ít người hạ thủ công phu? Thầy rất băn khoăn...

- Thưa thầy, thật sự con kính ngưỡng những vị tu hành giải thoát, nhưng đồng thời con cũng cảm ơn những vị đã hành Bồ Tát đạo, lo hoằng pháp cho chúng con. Nếu ai cũng đóng cửa lo tu cho mình, thì chúng sanh như tụi con đâu có ai dạy dỗ, mãi mãi đi trong bóng tối si mê, và Phật giáo sẽ mai một vì không ai phổ biến, truyền bá. Dù bây giờ có một số vị giảng sư đã bị vấp ngã, nhưng ngọn lửa Phật pháp đã được truyền lại cho tăng ni trẻ và cho Phật tử, chắc chắn sẽ có người tiếp nối giữ gìn. Khi đi vào giữa dòng đời, thế nào cũng có người sẽ bị rơi rụng, nhưng bù lại, có biết bao người được tiếp cận giáo pháp, sẽ đứng lên lấp vào chỗ mất mát ấy. Cho nên, Phật giáo cần cả hai dạng: tu hành miên mật như Thiền Chiếu, Viên Chiếu... và hoằng pháp lợi tha như các ngôi chùa Đại thừa đang đồng hành với chúng sanh.

Thầy Q.K nói:

- Hoằng pháp rất cần lợi khẩu, nhưng lợi khẩu cũng gây nhiều tác hại, mình dễ kiêu căng, lợi dụng người khác. Có khi nói rất hay, mà làm thì sai quấy.

Tôi cười:

- Trời, vậy là lỗi tại cái tâm mình chứ đâu phải tại lợi

khẩu. Giống như đồng tiền, nó không có tội, mà mình xài tiền cách nào mới thành ra tội. Mình phải điều khiển cái tâm đừng cho nó làm bậy, chứ sao đổ lỗi cho cái miệng.

Thầy phì cười. Tôi nói thêm:

- "*Y pháp bất y nhân*" phải không thầy? Dĩ nhiên với người mới vào đạo thì "*y nhân*" trước khi "*y pháp*". Nhưng vào đạo lâu rồi thì đừng lo, chỉ biết ông thầy đó cho mình "*toa thuốc*" đúng thì mình cứ nhặt lấy mà trị bệnh tâm cho mình. Còn ổng làm bậy thì mai mốt ổng tự chịu.

Thầy Q.T:

- Có khi một ông giảng sư nói thật nhiều mà sức mạnh giáo hóa không bằng một ông thầy lặng lẽ tu hành, chỉ cầm cây chổi quét sân chùa thôi, đã toát lên đạo hạnh khiến người ta kính phục.

- Con đồng ý. Nhưng thầy nghĩ xem, nếu thầy lợi khẩu, nghĩa là thầy cũng có phước đức nhiều đời nhiều kiếp lắm rồi, chứ đâu phải ai muốn lợi khẩu cũng được. Vậy tại sao không dùng khả năng hiện có đó mà giáo hóa chúng sanh? Nếu ai cũng đi quét chùa hết thì Phật pháp chắc diệt vong. Chính Đức Phật còn đi thuyết pháp bằng ngôn ngữ kia mà, và Ngài bảo đệ tử chia nhau đi khắp các nẻo, không cho hai người đi chung một lối, để sự hoằng hóa được rộng lớn hơn. Vậy có nghĩa là, ta có khả năng gì, phương tiện gì, thì ta cứ sử dụng. Nếu ta không lợi khẩu thì ta vui vẻ quét sân. Nếu ta lợi khẩu, thì cứ đi giảng, mắc mớ chi phải bỏ. Hoặc nếu ta làm từ thiện tốt hơn thì ta làm từ thiện. Nếu ta có thể viết văn để truyền bá Phật giáo thì cứ viết. Phước đức ta tới đâu thì ta sử dụng tới đó, quan trọng là giữ đạo hạnh cho tốt, chứ đâu phải lỗi ở lợi khẩu, lỗi ở phương tiện.

Thầy Q.T:

- À há, vậy tui lợi khẩu thì cứ sử dụng nó mà đi giảng hén!

CHÚ TIỂU ĐI RỒI

Chùa mở lớp giáo lý. Trong mấy chục em thiếu nhi tung tăng đến lớp, có một chú tiểu rụt rè đứng nơi cửa. Tôi nói mãi chú mới chịu vô ngồi, mà lại chọn cái bàn cuối cùng. Tôi nhấn mạnh: "Người ta cư sĩ mà còn học Pháp, chú là người xuất gia càng phải học nhiều hơn, giỏi hơn." Chú im lặng, đầu cúi gằm.

Hình như suốt mấy buổi học chưa khi nào tôi thấy chú nhìn thẳng lên một cách đường hoàng, cứ trông thấy ai nhìn là chú lảng mắt đi, hoặc cúi xuống trang vở. Đặc biệt không thấy chú cười. Gương mặt rất trắng trẻo, thông minh, hơi đẹp trai nữa là, nhưng không hiểu sao lại phảng phất nét buồn, không hợp chút nào so với cái tuổi mười hai của chú. Khi tôi giảng, cả lớp reo hò tranh nhau trả lời, hoặc cười vang vì những câu hài hước của tôi, thì chú vẫn buồn hiu, thi thoảng có mím miệng một chút là tôi biết có "ấn tượng" lắm rồi. Thế cho nên, tôi càng quan tâm gọi chú trả bài.

Chú học hơi chậm hơn các bạn, nhưng mỗi lần chú thuộc được một câu tôi đã khen ngợi, đề nghị cả lớp vỗ tay tán thưởng. Rồi tôi tặng chú những món quà nho nhỏ, khi thì cái bánh ngọt, khi cây bút bi xinh xinh, lúc là con gấu bông tí hon gắn vào chìa khóa... Chú nhoẻn miệng cười. Tôi mừng quá. Trong học bạ, tôi thường ghi nhận xét rất tốt về những thành tích be bé của chú. Có hôm tới giờ học mà chú vẫn chưa ăn cơm. Tôi bắt buộc chú phải ăn hết cái bánh mì ngọt tôi đưa. "Nè, trẻ con phải ăn đúng giờ, không được nhịn đói, mất sức và tiếp thu bài không tốt." Nghe tôi dặn, chú nhìn tôi, long lanh đôi mắt.

Một tháng trôi qua, chú tiểu đã cười, thậm chí đã nói chuyện với bạn cùng lớp. Và một buổi chiều tôi thấy chú sửa soạn bàn ghế cho cô giáo rất tinh tươm, nào phấn, bảng, học bạ, sổ điểm, có cả một ly nước lọc. Chú nhanh nhẹn vô cùng, chạy lên chạy xuống thang lầu tìm người sửa giùm dây điện để gắn cái loa dạy học, rồi kéo dây ra mở quạt cho cả lớp. Mồ hôi ướt trên trán chú, mà chú vẫn vui vẻ, trong lúc các bạn cứ í ới đùa nghịch. Chú bỗng nhiên "lớn" hẳn ra, chững chạc một cách bất ngờ. Tôi vuốt đầu chú, nói "Cảm ơn con!" Chú lỏn lẻn dạ nhỏ, đôi má rất hồng.

Qua tháng thứ hai, tự nhiên tôi thấy chú buồn bã trở lại. Có một hôm, tôi lên lớp mà không thấy chú đâu, bèn tranh thủ đi xuống nhà tổ tìm thử. Thì ra chú đang bị sư huynh phạt quỳ hương, vì chú mãi chơi quên làm việc gì đó mà sư huynh đã dặn. Tôi nói với một vị khác rằng hãy xin giùm chú, để chú học xong rồi hẵng phạt sau, như vậy chú không bị lỡ bài học. Vị ấy lắc đầu, không muốn can thiệp. Tôi buồn hiu.

Vài hôm sau nữa, chú vắng mặt hẳn. Rồi tôi nghe thầy nói chú đã bỏ về nhà. Tôi tìm hiểu mới biết nhà chú rất nghèo, có người cha say xỉn, hay đánh con, mẹ thì trốn đi mất biệt. Chú được đem vô chùa. Và cái tội lớn nhất là đã ăn cắp mấy trăm ngàn đồng của thầy, chỉ để mua cái máy nghe nhạc. Thảo nào hôm nọ tôi thấy chú mân mê cái máy nhỏ xíu màu đỏ đỏ, mặt phấn khởi lắm. Chú áp tai vào máy, như có người bạn chia sẻ tâm sự. Nào ngờ...

Tôi không thể thanh minh cho chú. Nhưng nếu ai nhìn thấy niềm hạnh phúc của chú khi áp tai vào máy, mới hiểu nỗi lòng chú. Dường như chiếc máy ấy là một người bạn chia sẻ với chú những điều mà chú không thể nói với ai. Tôi lặng lẽ cất học bạ của chú vào túi xách, trong đó có mấy bức vẽ con mèo, con vịt tô màu rất đẹp. Thầy qua cơn giận, đã đến nhà kêu chú tiểu quay lại chùa, nhưng chú lắc đầu...

Ở một ngôi chùa quê tôi, cũng có hai chú tiểu con nhà nghèo được đem vô cho sư ông nuôi dưỡng. Chẳng bao lâu, hai đứa bé lên 8, lên 9 ấy đã bị đòn vì dám lấy tiền trong thùng Tam Bảo đi mua đồ chơi. Đó là hai chiếc xe ô tô bằng nhựa bán đầy ngoài chợ, giá chỉ vài ngàn đồng. Sau trận đòn, hai chú đi biệt luôn không về. Nghe nói hai chú trở lại căn nhà cũ, bỏ luôn chương trình học vì không có tiền mua sách vở. Tôi ứa nước mắt, nhìn đống đồ chơi của con mình.

Một ngôi chùa khác có cô tiểu vào ở với ni chúng. Mọi người rất bực vì cái tật ở dơ của cô. Mặc hết đồ mới chịu giặt, mà nếu giặt không kịp thì lấy đồ của người khác mặc tỉnh bơ. Mặt mũi cũng tèm lem, không biết giữ cho sạch sẽ. Mười sáu tuổi, cô thèm nhất cái đồng hồ đeo tay như các sư chị. Thế là cô lấy cắp tiền của sư chị, mua cái đồng hồ cũ về đeo hí hửng. Sư chị giận, báo lên sư cô. Cô tiểu sợ bị phạt, bỏ chùa đi trước. Tôi buồn buồn nói với sư chị: "Sao cô biết nhà nó nghèo, ba nó hay đánh con, mà cô không thương nó? Chính vì mẹ nó chết sớm nên không ai chăm sóc, dạy dỗ từng sự ăn, sự mặc, nó mới dơ, mới dở như vậy. Cô thử làm mẹ nó, giặt giùm nó bộ đồ, nhắc nó đánh răng, rửa mặt, coi nó có cảm động không? Rồi từ từ nó sẽ tiến bộ, sẽ hòa được với kỷ luật chung. Có ai sinh ra đã giỏi liền đâu, phải có người nâng đỡ, dạy dỗ. Nó thiếu tình mẹ, nay lại thiếu tình chị nữa, tội nghiệp!" Sư chị chảy nước mắt: "Trời ơi, tôi quên. Chúng sanh ở gần đó mà tôi còn chưa thương, thì làm sao tôi thương được những chúng sanh khác!" Sư chị vội vã đi tìm nhà em, gọi em trở lại chùa. Nhưng cô tiểu đã mặc đồ mô-đen lên Sài Gòn bán quán cà phê rồi. Sư chị hết hồn: "Xin chư Phật gia hộ cho em đừng sa ngã giữa chốn phồn hoa!"

Những đứa trẻ ấy được nuôi dưỡng với một lý tưởng cao đẹp, với lòng kỳ vọng sẽ đào tạo trở thành người tử tế, nhưng đôi khi chúng ta quên mất tuổi thơ của chúng. Tuổi thơ bình thường đã khó gìn giữ, nâng niu, huống chi những tuổi thơ bất hạnh, đầy mặc cảm, đầy vết hằn đau đớn từ những ngôi nhà không có tiếng cười. Tuổi thơ ấy mong manh lắm. Và có đứa không hề có tuổi thơ, chúng "già" đi thật nhanh. Khi chúng ta biết giật mình nhìn lại, thì tuổi thơ đã theo gió bay đi...

Cánh diều nhỏ đứt dây, biết nó rơi chốn nào, trong đục ra sao...

NHẶT CỎ

Thầy VG ghé thăm tôi và tặng tập thơ thầy mới sáng tác. Một hồi, nhân chuyện thuyết pháp của thầy C., thì thầy VG nói:

- Thầy chủ trương "không cưỡng cầu", chừng nào đủ duyên thì làm, không thì thôi. Bởi có người ban đầu vì tâm từ bi, thương chúng sanh, nhưng về sau lại tham phước, lại sinh ngã chấp rất lớn.

- Con đồng ý, rất nên cảnh giác "hệ quả" này. Không khéo Phật sự thành ma sự. Tuy nhiên, con cũng không đồng ý sự thụ động, không tích cực hóa độ chúng sanh, để rồi khi chúng sanh thiếu hiểu biết thì lại chê bai.

- Muốn hóa độ cũng phải đủ phước duyên chớ con. Ngay cả thời Đức Phật tại thế mà có những làng còn không chịu nghe pháp. Đức Phật vào làng bị họ ném đá xua đuổi. Sau, Mục Kiền Liên và Xá Lợi Phất vào, họ lại chịu nghe, vì kiếp trước họ là bầy kiến được hai vị này cứu thoát.

- Đành rằng phải đủ phước duyên, nhưng chúng ta phải nỗ lực chứ không thể thụ động ngồi chờ mọi sự dâng tới tay. Ngay Đức Phật cũng nỗ lực đi hết làng này tới làng khác thuyết pháp suốt 49 năm chứ Ngài đâu có ngồi hoài một chỗ.

- Nhưng Đức Phật nhìn thấy căn cơ chúng sanh đủ rồi Đức Phật mới đến. Ngài đạt tha tâm thông rồi chứ.

- Thì mình chưa đạt tha tâm thông mình cũng làm thử đi. Có thử mới biết làm được hay không. Dĩ nhiên, trước khi thử, mình cũng phải "nhắm" người, chứ không phải ai mình cũng a thần phù nhào vô hóa độ. Nhưng "nhắm" cũng khi trúng, khi trật. Người nào mình nhắm trúng, hợp duyên với mình, thì mình làm thành công. Người nào mình nhắm trật thì thôi, mình chia tay, đừng phiền não chi hết. Nghĩa là, khi làm cứ làm, khi buông thì buông nhẹ nhàng. Nhưng trước hết, vẫn phải nỗ lực, rồi mới biết người đó đủ duyên hay thiếu duyên với mình. Nỗ lực khác hẳn sự cưỡng cầu.

- Thầy vẫn cho rằng đó là thế gian pháp chứ không phải xuất thế pháp.

- Con thấy pháp nào cũng cần nỗ lực. Thí dụ, cuốn "Pháp môn Tịnh Độ" thầy mất gần một năm dịch từ Hán ngữ sang Việt ngữ đó, không phải nỗ lực là gì? Rồi thầy chạy xe từ Bà Chiểu sang quận 4 xa xôi tặng sách cho con cũng là nỗ lực. Tóm lại, con đồng ý với thầy C. là phải tích cực phát triển Phật giáo, nếu không Phật giáo sẽ lụi tàn dần trước xu thế xã hội mới. Lịch sử đã chứng minh Phật giáo từng có những thời kỳ suy vong do tăng đoàn thụ động. Con nghĩ thái độ tích cực này bao gồm lợi tha song song tự lợi, chứ thiếu phần nào cũng hỏng. Mình không chủ trương hoạt động thuần túy mà thiếu công phu tu hành.

- Nhưng lợi tha thường dẫn đến đắm nhiễm, ngã chấp.

- Con lại nghĩ, thà cứ lợi tha rồi ngã chấp lộ ra tới đâu mình nhận diện tới đó, và tiêu diệt dần dần. Nếu mình không lợi tha, có chắc là ngã chấp không có? Hay là nó vẫn nằm im đâu đó trong mình, khi đụng chuyện mới nổi dậy. Con chợt nhớ, hồi 15, 16 tuổi, nhà con ở xã An Nhơn, huyện Châu Thành, Đồng Tháp, con và thằng em tên Dũng thường cuốc đất để trồng đậu xanh, đậu bắp. Trời ơi, mặt đất phẳng lì, đẹp đẽ vậy mà cuốc tới đâu rễ cỏ tranh bật lên trắng xóa tới đó. Lượm rễ mệt hơn là cuốc. Chán quá. Nhưng không lẽ không cuốc nữa thì đất làm sao sạch để trồng đậu? Thế là, hai chị em cứ cuốc, cọng cỏ nào ló lên là nhặt, rồi cuốc tiếp. Con nghĩ, lợi tha cũng vậy. Có làm, có hoạt động, ắt sẽ nảy sinh ngã chấp, điều quan trọng là mình có *nhận diện* được nó không, có dám *nhặt* nó không. Trí huệ ở chỗ mình nhận ra được lỗi lầm của mình, nhận diện từ cái thô, rồi đi dần tới cái tế. Còn sửa lỗi là nhặt cỏ đó thôi. Cứ làm, nếu thấy lỗi thì sửa. Tu là sửa chứ có gì đâu.

Thầy VG im im, suy nghĩ...

Riêng tôi, khi ra làm một số công tác nhỏ nhoi cho Phật giáo, tôi mới thấy ngã chấp của mình hiện ra tùm lum. Nào nổi giận khi bị chê, nào vui thích khi được khen, nào ganh tị khi thấy bạn mình giỏi hơn v.v... Cái tâm chúng sanh lũ lượt hiện ra. Tôi càng khâm phục Đức Phật là nhà tâm lý học vĩ đại, khi chỉ thẳng ra 51 món tâm sở hiện diện trong tất cả mọi người. Có trong tay cái "bản đồ" Phật dạy, mình cứ nương theo đó mà xem cái nào bất thiện lộ ra thì ráng nhận diện và ráng tiêu diệt. Không dễ đâu nghen. Có cái không nhận ra. Có cái nhận ra mà không diệt được. Hoặc có cái diệt được liền, có cái diệt rất lâu, hay diệt rồi mà trở đi trở lại. Như cọng rễ tranh thôi, tưởng nhặt hết rồi đó, nhưng chỉ cần chút xíu mưa xuống là chúng nảy mầm vọt lên. Tôi càng quán hai chữ "tập khí" thật đáng sợ.

Nhưng, cũng có một tác dụng ngược lại, là khi làm cho mọi người, mình cũng nảy sinh hoặc tăng trưởng những tính thiện mà trước đây mình không có, hoặc có yếu ớt. Thí dụ, tính nhẫn nại, lòng từ bi, biết tàm quý v.v... Tiếp xúc với người khác là một dịp gần gũi thiện tri thức để mình học hỏi, thậm chí khi gặp nghịch duyên, gặp kẻ gây khó khăn cho mình cũng là một dạng Bồ Tát nghịch hạnh giúp mình tốt hơn. Sao mình không nhìn ra khía cạnh tích cực này mà cứ lo chuyện ngã chấp?

Nói cho cùng, tới A-la-hán mới diệt hết ngã chấp kia mà. Chúng ta tu còn lẹt đẹt tuốt bên dưới mà cứ sợ, rồi đem giấu giấu giếm giếm. Giấu mà nó vẫn còn y nguyên, mới khổ! Cứ để nó hiện ra hết đi, sẽ dễ diệt trừ. Hiện mau, diệt mau. Chứ đợi tới già mới hiện thì đâu còn thời gian nữa, xuống lỗ mất rồi. Dĩ nhiên là phải cảnh giác với ngã chấp, nhưng cảnh giác không có nghĩa là không dám làm gì hết. Vừa làm, vừa cảnh giác, vừa tiêu diệt.

Nhưng nghĩ cho cùng, giả sử mình kéo được 20 người kính tin Phật pháp, mà mình phải "hy sinh" thì vẫn còn... lời ! Kệ, rớt một người, mà 20 người kia leo lên khỏi hố, thì hy sinh cũng đáng giá. Tôi chợt nghĩ, trong bao nhiêu người mà tôi đã "rủ rê" đi theo Chánh pháp, không lẽ chẳng có ai để "bù lỗ" nếu chẳng may tôi "hy sinh"? Cứ làm, đừng có tính toán tới sự thiệt thòi của mình. Tính riết, hết dám làm gì. Và nếu có làm, thì cũng trong vòng tính toán cho mình, chứ đâu phải vì thương người khác mà làm!

PHẦN II

HƯƠNG ĐẠO TÌNH ĐỜI

ĐI CHỢ TẾT

Từ ngày không có má, tôi phải đóng vai trò người thờ phụng ông bà, giỗ chạp lễ tết đầy đủ. Căn nhà nhỏ trong hẻm biến thành "nhà thờ" tấp nập con cháu. Cho nên, đi chợ tết là đi chợ cho cả mấy ngày tiệc tùng, cúng quảy, trang trí bày biện, làm sao có thể qua loa?

Tôi bắt đầu "đi chợ" từ ngày đưa ông táo về trời. Tranh thủ chen vào những lúc ngơi việc cơ quan, bởi nếu để cận ngày thì làm không kịp. Tôm, gà, cá, thịt pha sẵn để đầy ngăn đông tủ lạnh. Ngó sen, dưa chua làm mấy chục keo, phần tặng bạn bè, cơ quan, phần để dành cho nhà. Rồi gạo, nếp, đậu, đường, đồ la-ghim cũng chất đầy vô tủ. Tôi chợt nhận ra mình giống hệt má, dù chợ mùng 2 đã bán nhưng vẫn thích mua trước để tùm lum như vậy. Có lẽ thói quen này có từ hồi ở quê, nhà tuốt trong ngọn rạch, ra chợ rất xa, nên mọi thứ phải chuẩn bị sẵn. Bà ngoại lấy mấy cái rổ tre to đùng để bắp cải, cà rốt, khoai tây, củ sắn, đậu que, su hào... chen chúc, nhìn thật thích mắt. Bây giờ tôi cũng chất lổn ngổn trong cái rổ nhựa hoành tráng, ăn tới hạ nêu cũng chưa hết. Nhìn cái rổ mà nhớ ngoại, nhớ má...

Tôi đi chợ mà đầu óc cứ nghĩ tới má. Vô siêu thị thì còn đỡ, chứ đội nón lá xách giỏ xuống chợ là hình bóng má hiện lên. Chợ Long Kiểng, chợ Xóm Chiếu chỗ nào cũng có má đang khệ nệ với cái giỏ trên tay. Tôi mua mấy trái "cầu - dừa - đủ - xoài" cho má vui. Và dĩ nhiên không thể thiếu cây mai đón xuân, đặt trước bàn thờ cúng má. Năm nào tôi cũng mua một cây mai *bonsai* như thế, dù cây mai cũ đã nở hoa. Nó đã nặng lắm rồi, tôi để yên trên ban-công, không đem xuống nổi. Tôi còn cắm mấy lẵng hoa rực rỡ đặt khắp các bàn thờ, và rinh luôn mấy chậu hồng, cúc, ớt đỏ về trang trí, căn nhà cứ tưng bừng sắc hoa.

Nhớ hôm đi mua chậu hồng, người bán đòi 50 ngàn một cặp, tôi trả 40 ngàn, không bán. Chợt nghe giọng nói rất quen. Cái giọng Đồng Tháp trong trẻo, đôi khi biến thành "nhão nhoẹt", đặc biệt là vùng Sa Đéc-Nha Mân-Cái Tàu Hạ. Tôi hỏi người bán: "Anh ở tỉnh nào?" "Tôi ở Sa Đéc." "Trời, đồng hương đây nè." Hai bên cùng cười mừng rỡ. Thế là mua luôn cặp hồng không kỳ kèo nữa.

Sang hàng cúc kế bên, cũng nghe cái giọng trong veo ấy, hỏi liền "Người Sa Đéc phải hôn?" "Dạ." Cũng rinh luôn chậu cúc không cần trả giá. Mà trả gì nữa, 20 ngàn chỉ bằng tô hủ tiếu Sài Gòn, đã thấm biết bao công sức của người trồng hoa. Chiều 29 rồi mà hoa còn ê hề, chắc ngày mai lại quăng bỏ, tội nghiệp. Mình mua giùm người ta, có kỳ kèo 5, 10 ngàn cũng chẳng tới đâu. Tức cười nhất là có những người chạy sô gần chục triệu mỗi đêm, vậy mà nói rằng đợi đêm 30 đi lượm hoa cho đỡ tốn tiền!

Tôi thường mua hoa hồng không chỉ vì lòng yêu hoa mà còn vì kỷ niệm thời con gái. Hồi làm việc ở báo Văn Nghệ Đồng Tháp, trụ sở tại Sa Đéc, tôi hay vô vườn hồng nổi tiếng của bác Tư Tôn. Được đắm mình trong thế giới cỏ hoa thơm ngát, trong lành, thấy lòng an nhiên thanh tịnh. Nhưng khổ nỗi, đồng lương lúc ấy quá nghèo, không mua nổi hoa, tôi đành lén lén ngắt mấy cành giấu trong vạt áo, đem về cắm vô ly nước để trên bàn viết. Hồi ấy mình cũng là... hoa tặc! Nhưng còn biết xấu hổ. Và bây giờ thì mua hoa để trả món nợ ân tình.

Nói cái chuyện "mua đồ mắc" thì nhỏ cháu của tôi đã "bình bầu" cho tôi rồi. Chợ tết cái gì cũng tăng giá, và có những cú tức anh ách cho người mua. Thí dụ, ngày 28 tôi mua cà chua 16 ngàn 1 ký, sáng 30 nghe thằng nhỏ cỡ tuổi thằng Rani con mình rao 8 ngàn 1 ký, tôi khoái quá nhào vô lựa thêm. Xế xế trưa, lại nghe nó hét to 4 ngàn 1 ký. Trời ơi... Nhưng rồi mỉm cười, thôi, coi như tiền thưởng cuối năm cho người ta. Thằng nhỏ như con mình, mà nó phải cực khổ bán buôn, so với con mình được ăn học sung sướng, thấy thương nó. Mình làm việc cơ quan, được thưởng cả chục triệu, còn người buôn gánh bán bưng đâu có ai thưởng, coi như thị trường phải "điều tiết" cho họ. Mình so đo chi vài ngàn, vài chục ngàn, thậm chí mua nhiều thứ thì tính ra cũng bị đội lên vài trăm ngàn. Cứ xem như quà của mình tặng họ. Nghe nói cuối cùng vẫn còn rất nhiều hàng tồn lại không bán được, cũng tội nghiệp.

Nhưng lại tội nghiệp cho những công nhân, nhà giáo, lương thưởng ít ỏi làm sao mua đồ ăn tết. Hạnh phúc là cái chăn hẹp, người này kín thì người kia hở. Người bán thay vì đừng nâng giá thì sẽ bán hết hàng, không bị tồn đọng, mà người mua cũng đủ sức ăn tết. Sao mà cuộc sống cứ lòng vòng, rốt cuộc người ta khổ và làm người khác khổ! Trong cái chợ tết tưng bừng kia vẫn thấp thoáng nhiều cảnh đời không thắm sắc xuân.

Về ngang chỗ bà cụ bán muỗng đũa, lại sà vào mua giúp, dù nhà đã đầy đủ hết rồi. Bà cụ hơn 70 tuổi, bé choắt, lưng còng, không còn răng cỏ chi hết. Bà trải tấm nylon sát con hẻm, bày ra mấy thứ lặt vặt như đồ nhắc nồi, cước chùi nồi, vá, sạn... thấy thương thương. Tôi mua mấy chục ngàn, bà vui lắm. Không biết ngày nào bà "khai trương" mình sẽ mua lần nữa cho bà lấy hên. Nhớ bà cụ bán bánh tét, chỉ mấy tháng không đi ngang con đường đó mà bà đã "biến mất", không biết bây giờ còn sống hay không. Những bà cụ già như ngoại của mình, phải dãi nắng dầm mưa, tội quá!

Về tới nhà, thấy một chị cỡ tuổi mình đứng ngay cửa mời mua phong bao lì xì. Giá 2 ngàn rưỡi. Trả 2 ngàn. Lắc đầu, "tôi lời có 500 đồng thôi cô". Ừ, thì lấy, đưa 4 ngàn, thôi chị khỏi thối. Bà chị ngỡ ngàng. Mới đòi bớt 500 đồng mà bây giờ cho luôn 1 ngàn rưỡi! Đi xe ôm cũng vậy, trả cho đúng giá mới thôi, nhưng lát sau nghe người ta nói chuyện biết hiền lành nhân hậu, thế là thêm tiền, và dặn vói theo "chúc anh cứ giữ được tấm lòng như thế".

Đi chợ, đôi khi quên chuyện tính toán, mà cứ lẩn thẩn nghĩ ngợi, cứ nhìn vào cuộc đời, nhìn vào gương mặt từng người hơn là nhìn giá, nhìn hàng. Có những gương mặt rất tội, làm sao tôi nỡ kỳ kèo? Có những niềm vui lớn hơn số tiền tôi phải bỏ ra, tại sao tôi lại tiếc? Chợ còn là chợ đời, tính làm sao cho xuể!

QUÊ HƯƠNG

1.

Tôi lớn lên nơi quê ngoại ngót ba chục năm, nên mặc nhiên trở thành một "dân quê" chính hiệu. Lúc lên thành phố sinh sống, chiều chiều là chảy nước mắt nhìn ra cửa sổ, nhớ câu thơ của Thôi Hiệu "*Nhật mộ hương quan hà xứ thị- Yên ba giang thượng sử nhân sầu.*" Phố không có sông, chỉ có những con hẻm nhỏ ngoằn ngoèo uốn lượn và hoang vắng một cõi lòng... Rồi những ngày tết, lễ, bồn chồn đôi chân muốn xuôi xe về quê cũ. Đà Lạt, Vũng Tàu, thiên hạ kéo đi chơi, còn tôi cứ lò dò về lại đồng bằng.

Như "*hội chứng chiến tranh Việt Nam*" của những người lính Mỹ, tôi cũng bị một "*hội chứng nhớ quê*" như thế, không trở về là tâm trí như chơi vơi, làm cái gì cũng không ra hồn, ăn cái gì cũng không thấy ngon, bước đi mà như mộng du giữa bốn bề phố xá. Cho nên, phải về, bằng mọi giá phải về. Một năm, tôi ngược xuôi mấy chuyến, mệt nhoài, nhưng trở lại phố phường mới thấy nhẹ tênh, mới tiếp tục lao đầu vào cơn lốc xoáy của đời sống công nghiệp. *Quê hương mỗi người chỉ một- như là chỉ một mẹ thôi...* Ừ, có lẽ!

2.

Cái xóm lao động nghèo ôm lấy con hẻm nhỏ. Thôi thì đủ thứ thành phần. Anh Mẫn chạy xích lô, chú Tám honda ôm, thằng Tí xì ke, con Thủy chiều chiều chưng diện sặc sỡ rồi ra đường đứng, bà Bảy bán bún xào, chị Hai Dần mát-xa, chú Thành công nhân xây dựng... Chiều chiều là nghe tiếng mấy đứa nhỏ đi rao khắp hẻm: "Giấy dò đây! Giấy dò đây!" Giấy dò vé số, dò luôn cả số đề. Dò xong, người buồn hiu, kẻ chửi thề, inh ỏi.

Chập choạng tối là một sòng bài con nít rôm rả dưới ngọn đèn công cộng. Bên cạnh đó, vợ anh Thẩm bán hột vịt lộn và bún cua cằn nhằn con Thúy: "Ăn thiếu mấy bữa rồi mậy? Bữa nay thiếu nữa hả?" Nói vậy mà tay chị ta vẫn bốc cái hột vịt đưa cho con Thúy. Nó cười hì hì: "Cho thêm rau răm đi bà!"

Một chiếc honda chạy vù vù qua cua hẻm, suýt đụng phải một chiếc khác đi ngược lại. "Chạy gì dữ vậy? Đồ quỷ!" Mấy con chó nhà anh Chánh được cột ngay ngã ba đường cái để tắm, sủa lên um sùm và lắc lắc cái đuôi cho nước chảy tràn ra hẻm, trôi xuống miệng cống gần đó. Cô Hương xách nước tưới mấy chậu kiểng nơi ban công bé xíu của mình, cũng tranh thủ làm ướt con hẻm không thua gì anh Chánh...

Tôi lại ló đầu ra cửa sổ, nhìn...

3.

Đang bực bội vì bài viết cứ bị sếp sửa đi sửa lại hoài, tôi buông máy vi tính ra ngồi nơi hàng hiên hóng gió. Chợt giọng hát từ nhà ai ngân dài. *"Đêm chưa ngủ nghe ngoài trời đổ mưa từng hạt rơi. Gác nhỏ đèn le lói bóng dáng in trên tường loang. Tôi gối tay anh để ôn chuyện xưa cũ. Gói trọn trong nỗi nhớ..."*. Giọng ca Thanh Thúy buồn não nuột một thời. Tôi bàng hoàng. Nghe như xóm làng quê ngoại đâu đây. Những ngày xưa nơi quê cũ, chiều chiều lại nghe tiếng nhạc vàng *boléro* réo rắt. Cái thứ nhạc mà người ta vẫn coi là "*sến*", nhưng quá đỗi thân quen, chất chồng kỷ niệm, làm nên cái chất của người quê hồn hậu. Và những giai điệu xuyến xao kia cứ len vào xóm nhỏ, len vào ký ức của người xa quê, để thấy quê hương sao gần thật là gần!...

4.

Sáng, mở cửa dắt honda đi làm, ngạc nhiên thấy đống rác hôm qua biến đâu mất dạng. Mấy đứa nhỏ cứ ngồi trước cửa nhà xả rác, tôi bực, không thèm quét nữa, cứ để "dơ" như thế thì khỏi đứa nào ngồi. Lũ khó ưa, ăn bánh phồng tôm, cắn hạt dưa, xả đầy bậc thềm, lại còn chửi thề, đánh lộn. Nhưng lạ hén, bữa nay tự động dọn rồi sao? Tôi ngó qua ngó lại, thấy bà Bảy bún xào đang rửa dĩa kế bên. Bà cười: "Tôi quét sân, sẵn quét luôn cho cô rồi." "Ủa, hôm nay bà không đi bán à?" "Muốn bịnh quá cô ơi, nghỉ một ngày cho khỏe." "Bà uống thuốc chưa?" "Nhờ cô Hai Dần cạo gió là hết liền. Cô đi làm trễ vậy?" "Dạ, không trễ đâu bà Bảy. Con đi nhe. Cám ơn bà Bảy quét giùm cái sân." "Ối, có gì đâu!"

Ngang qua mấy con chó nhà anh Chánh đang phơi nắng, tôi rúm người lạng xe sát hẻm. Anh ta cười: "Cô đừng sợ, nó hổng cắn đâu. Hi hi, cô thích không, tui cho cô một con." Nhìn mấy chú cẩu đen thui, to tướng, phát ớn. Tôi lườm: "Đem nấu lẩu thì có!" Thế là buổi trưa đi làm về, ngang qua nhà, anh ta đã kêu ầm lên: "Lẩu cầy đây! Lẩu cầy đây!" Tôi phì cười, vọt xe thiệt lẹ.

Chiều, bắc nồi cơm lên, mới phát hiện hết chanh hết ớt, làm sao ăn nước mắm tỏi. Làm biếng xuống tới chợ. Chậc, "Bác Năm ơi, bác cho con xin một miếng chanh." Bác Năm lật đật vô lục ngăn bếp. "Đây cô, cô cứ xài thoải mái. Cô cần gì thêm không?" Tôi ngần ngừ: "Dạ... bác có ớt thì cho con luôn..." "Hạnh, hỏi má mày còn ớt không, cho cô Kim mấy trái. Cô về nhà đi, tui biểu nó đem qua liền à." Bé Hạnh đang chơi với bé Nga cháu bác Năm, liền chạy ù về nhà lấy ớt đem tận tay tôi, kèm theo một nụ cười răng sún. Tôi nấu cơm xong, múc một tô canh nóng hổi bưng qua bà Bảy. "Bà ăn đi cho giải cảm. Canh này bổ lắm đó." Bà Bảy chớp chớp mắt, cảm ơn lia lịa.

5.

Tôi mở cửa, nói với mấy đứa nhỏ: "Nè, tụi con đừng xả rác nghen. Ăn xong phải lượm hết rồi bỏ vô thùng rác. Ngoan, cô thương." "Dạ, dạ..." "Đứa nào thích đọc truyện tranh vô cô cho đọc." Lũ nhỏ reo lên: "A! Con đọc, con đọc!" Tôi cho tụi nó vào nhà. Một cảnh hỗn loạn chưa từng thấy. Mạnh đứa nào nấy giựt, rồi chửi nhau... Tôi đập cây thước lên bàn: "Im nào! Đứa nào làm rách sách cô cho ra khỏi lớp. Các con có thích học trong lớp của cô không, cô sẽ dạy học cho các con." "Thích, thích. Mà học cái gì vậy cô?" "Học Anh văn, học vẽ, học ca hát..." "Hoan hô! Học liền đi cô!" "Cô chưa mua bút màu kịp. Mà thôi, bây giờ mình học ca thử nghen. Bài *Good morning*. Nhìn lên bảng, lắng tai nghe nè..." Cả chục cặp mắt tròn xoe mở to, cả chục cái miệng cùng hát theo vang trời. A ha, hay quá tụi bây ơi...

Thế là tôi thành cô giáo bất đắc dĩ. Nhưng vui lạ lùng. Ra tới ngõ đã nghe học trò kêu réo: "Cô Kim ơi, cô Kim ơi!" Tôi nhoẻn miệng cười liên tục. Cứ chiều chúa nhựt, tụi nhỏ tự động ôm sách vở tới nhà tôi, có khi má nó đi theo... ngó trộm. Tôi dành dụm tiền mua bánh kẹo thưởng cho tụi nhỏ, kèm theo câu dặn dò: "Không được chửi thề nha." "Dạ." "Không được đánh bạn nha." "Dạ." "Bớt đánh bài nữa nha." "Dạ." Rõ ràng, 10 phần bớt được 4, 5... Thôi, thế là quá mừng!

6.

Lại về quê. Vui mấy ngày cùng ruộng đồng xanh mướt. Rồi lật đật trở lên. Mấy đứa nhỏ mong cô giáo. Thằng Tí xì ke đang đi cai nghiện, gởi lời cám ơn cô đã chăm sóc đứa con của nó. Bà Bảy lại quét sân giùm. Anh Chánh cứ rao: "Lẩu cầy đây! Lẩu cầy đây!" Còn cậu Minh thợ mộc thì chạy qua mượn tôi cuốn truyện cổ Phật giáo. Cậu cười: "Em coi tập 1 hết từ hôm qua, mong chị về quá chừng để mượn tập 2." Tôi mở tủ lấy cuốn sách cưng, vẫn còn ngạc nhiên: "Em đọc lẹ thiệt đó!"

Chiều chiều, tôi vẫn thường ngồi nơi cửa sổ, man mác trong lòng "*Nhật mộ hương quan hà xứ thị...*" nhưng không còn chảy nước mắt nữa. Bởi nhìn đâu cũng có thể thấy quê hương!

HOÀI HƯƠNG

Bão đâu ở miền Trung mà Sài Gòn mưa dầm suốt mấy ngày. Ban đêm tôi đội áo mưa đến lớp *speaking*, rồi băng qua con đường dài dằng dặc xem một chương trình sân khấu để viết bài cho báo. Giữa hai khoảng "*ca đêm*" ấy là cơn đói gào bụng vì chiều chưa kịp ăn gì, và lạnh đến cắn chặt hai hàm răng, cố giữ chặt tay ga mặc cho chiếc honda đưa mình đi. Và lao vào hàng mì gõ như một vị cứu tinh. Ít năng lượng nạp được làm hai hàng cây bên đường bớt "lung linh" hơn. Rồi hàng cây xếp lá ngủ yên tiễn tôi về một đoạn đường khuya. Lại lạnh, lại nhập nhòa, lung linh, và mơ những giấc hoài hương...

Suốt buổi sáng hôm sau trời vẫn ui ui một màu xám buồn, gió thổi những hạt mưa bay vào cửa sổ. Những giấc mơ vẫn bồng bềnh trôi, len vào tấm chăn mỏng, ôm ấp tôi như mẹ ấp con. Những giấc mơ chở tôi lang thang về đồng ruộng quê mình. Mùa này nước nổi khắp Mỹ An, Hồng Ngự, Tân Hồng. Mùa này bông điên điển nở vàng, khoe những chiếc hoa tai nhỏ xíu mà tôi thường lúc lắc đầu cho nó rung rinh chạm vào đôi má của mình. Thôi, đừng nói chuyện đem bông điên điển làm nhưn bánh xèo hay nấu canh chua với cá rô đồng mập ú. Gió Đồng Tháp Mười liêu xiêu thổi về miệt vườn. Hồi đó, mỗi lần hai chị em tôi bơi xuồng qua cầu Cái Tàu phải gồng tay giữ cho mái dầm thật chắc. Nước cuồn cuộn chảy, ngang chân cầu lại thành những cơn xoáy mạnh, đỏ au phù sa. Gió thổi lật vành nón lá te tua làm chị em tôi như cái nấm rơm gãy cổ. Nấm rơm em giỏi hơn nấm rơm chị, chuyên bơi đằng lái điều khiển chiếc xuồng. Nấm rơm chị thì giỏi hò hét, sợ em lệch hướng. Con trai không chấp, nó cười thầm: "Chị mình nhát dễ sợ!". Bông lục bình vùn vụt trôi qua. Nấm rơm em chỉ nghĩ tới chuyện dưới rễ lục bình có cá bống hay không, còn nấm rơm chị lại nghĩ lát nữa mình bẻ mấy cọng về chơi nhà chòi, lựa cọng nào bự bự làm bánh mì dồn thịt, còn bông tím thì cắm vào cái ly mà ngắm.

Đâu có ngờ, hơn mười năm sau, nấm rơm em nằm xuống đất, cái nón lật bay theo gió mãi mãi không về. Nấm rơm chị không khóc em ở bệnh viện, mà khóc trên dòng sông mỗi mùa nước đổ, mỗi mùa bông lục bình giấu những con cá bống dưới chùm rễ đen huyền. Trời ui ui thế này là dòng sông nhiều sóng lắm, nấm rơm chị cứ vượt sông và vẫn không biết bơi đến mãi tận bây giờ. Nhưng đã biết sợ. Sợ những bước chân tha phương kiếm sống sẽ chôn vùi ký ức như đất đã chôn vùi em, chôn vùi bà ngoại. Sợ tuổi già đến, chân sẽ mỏi, gối sẽ chùn, không còn bôn ba theo chuyến xe đò về thăm quê mỗi hè, mỗi Tết. Sợ những con sóng trong lòng sẽ lắng, không đủ sức khuấy nên những con chữ mắc nợ một đời. Một vùng quê mà tôi vác trên vai gần ba mươi năm, lểnh thểnh tha vào cái túi ấy hình ảnh của ông ngoại, bà ngoại, má, dì, cậu, mợ... Có người từng hiện hữu bên tôi, có người chỉ là những lời kể xa xăm huyền thoại. Và mỗi người lại gánh trên vai cái gánh của cuộc đời, chồng chất cả trong từng bến đình, cánh ruộng...

Trời vẫn ui ui một màu xám buồn, nối dài thêm những giấc mơ thường bị ngắt quãng bởi những bài báo, những tiết học Anh văn... Tôi lấy giấy ra, thẫn thờ ghi hai chữ, hoài hương...

CÔ GIÁO

Cách đây 22 năm, khi mới bước chân vào tòa soạn một tờ báo tỉnh, tôi được phân công đi thực tế xuống huyện để viết bài. Ngồi xe đò, một chị bên cạnh nhìn tôi rồi hỏi: "Em là cô giáo phải không?" Tôi tròn mắt...

Ngày ấy, thời bao cấp chưa hết dư âm, cuộc sống chung của người dân còn rất khó khăn. Nhưng khó khăn nhất vẫn là giới thầy cô giáo, đến nỗi mỗi mùa thi đại học lại nghe nhắc câu: "*Chuột chạy cùng sào mới vào sư phạm.*" Cho nên, không ngạc nhiên nếu có những thầy cô giáo ra đường lại giấu cái thân phận của mình, ai hỏi thì nói đại là làm kế toán, hợp tác xã gì đó, nghe còn oai hơn. Đằng này, tôi chưa kịp giới thiệu mà chị đi cùng xe lại "chẩn đoán" nghề nghiệp của tôi sai bét như thế. "Tức" hơn nữa, là hai chữ "phóng viên" nghe còn oai gấp mấy lần kế toán, ai thèm đổi thành cô giáo!

Mới hơn 20 tuổi, tôi nhíu mày đính chính với chị bạn đồng hành. Và sau này, đáng ngạc nhiên là tôi còn phải đính chính nhiều lần nữa với những người khác vì lời "chẩn đoán" tương tự. Tôi nhìn lại mình, đi đứng mạnh dạn, lanh lẹ chứ không dịu dàng, thướt tha như cô giáo, ăn mặc lại khá mô-đen chứ không trang nghiêm như cô giáo... Thế thì có nét gì hiện ra ở hình tướng để người ta nói mình là cô giáo? Chỉ biết hơi bực mình, hơi tiếc, và mong người ta biết "tui là cô phóng viên đây nè, không có dính líu gì tới sư phạm hết á" !

Gần 20 năm sau... Bốn mươi tuổi, tôi về thăm làng quê nghèo của mình, nơi tôi đã từ giã để lên thành phố lập nghiệp, và chợt có ý định đi dạy học từ thiện cho các em trong xóm cũ. Nửa tháng về một lần, ôn bài sơ sơ, rồi dạy nữ công, ca hát, trò chơi, đố vui... xem như một câu lạc bộ văn hóa thiếu nhi thư giãn với nhau. Các em ùn ùn tới lớp, vui như ngày hội, và gọi tôi là "cô giáo" ngon lành. Các em bớt đánh bài, chửi thề, thỉnh thoảng có thêm kẹo bánh, tập vở, quần áo tôi mang về làm quà, hạnh phúc rộn ràng... Còn tôi bớt buồn số phận long đong, có thêm những ngày thở cùng cây cỏ trong lành, ngắm ruộng đồng xanh mướt...

Tôi đi chợ mua túi xách. Cô bán hàng khẽ hỏi: "Chị là cô giáo hả?" Tôi ngẩn người. Đón xe ôm, anh lái xe vui miệng làm quen: "Chị dạy học ở đâu?" Lại ngẩn người: "Sao anh biết tui dạy học?" "Thì nhìn tướng chị giống cô giáo!" Rất nhiều lần như thế. Tôi nhìn lại mình. Vẫn đi đứng lanh lẹ, vẫn ăn mặc mô-đen... Và lương bây giờ thì nói thiệt, vẫn cao hơn lương sư phạm, còn hai chữ "*nhà báo*" của một thành phố lớn vẫn là... oai hơn!

Nhưng tôi lại mỉm cười, không hề đính chính, nghe niềm vui len nhẹ vào lòng. Có lẽ cái tâm thức đã có hạt giống yêu thương trẻ con, nên hiện ra từ những ngày mình còn trẻ mà mình không hay biết. Đến khi trổ ra tròn đầy thì "*nghiệp*" đeo mang. Mà tự mình đeo chứ không ai bắt buộc, nên chắc phải gọi là "*nguyện*" mới đúng, bởi mình đeo mang trong niềm vui và sự thanh thản.

Cuối năm ấy, hổng thèm xài kính áp tròng mà dũng cảm đeo thêm cặp kính cận lên mắt cho... giống cô giáo. Và ai hỏi lương bi nhiêu thì tủm tỉm trả lời: "*Ít xịt hà!*"

HOA HỒNG

Anh hẹn đến thăm, rồi không đến. Những giận hờn dẫn đến chia tay. Lọ hoa hồng từ ngày hẹn vẫn còn nguyên trên bàn, tôi lì lợm không thèm thay hoa. Cứ để đó như một chứng tích, như một viên muối xát vào lòng mỗi ngày trông thấy, xát đến chừng nào không còn nghe đau rát nữa thì mới thôi.

Màu hoa từ đỏ thắm, chuyển sang tái nhợt, rồi nâu bầm, khô héo. Dáng hoa vẫn vươn cao nhưng không còn sức sống. Những chiếc lá xanh mơn mởn trở thành những tờ mong manh tàn úa.

Tôi không biết thời gian trôi bao nhiêu... Một tháng, hai tháng... rồi qua một cái tết. Giữa muôn hồng nghìn tía đón xuân, lọ hoa vẫn cay đắng trên bàn, như van tôi hãy cho hóa kiếp. Tôi nâng nụ hồng trên tay, thầm để nước mắt mình ướt đẫm một cánh hoa.

Và tôi đã trả nó về cho người đáng được nhận nó. Dẫu muộn, vẫn còn hơn không. Dẫu là lời từ tạ, vẫn hơn là không thèm nói với nhau lời nào. Đúng ngày Valentine, một chiếc hộp trong có duy nhất đóa hoa khô đã được gởi đến đúng địa chỉ...

Đóa hoa sung sướng lần cuối vì dù muộn nhưng vẫn chuyển tải được thông điệp mà nó có sứ mạng phải mang ngay từ khi tôi mới chọn nó. Tôi đã hóa kiếp cho hoa. Và tình yêu cũng hóa thạch, không sân si, nhìn nhau như bạn bè giản dị.

Chúa nhật, tôi cắm một đóa hoa mới vào chiếc lọ nhỏ. Cũng đỏ thắm, rộn ràng. Tôi phải yêu bản thân mình trước khi để nỗi buồn quật ngã. Và sau đó tặng đóa hồng này cho những đứa học trò ngây thơ nơi làng quê nghèo khó. Tình yêu đâu chỉ hướng đến một người, hoa hồng đâu chỉ dành riêng cho tình yêu đôi lứa? Hoa hồng còn tặng mẹ trong ngày Vu Lan, còn tặng thầy cô giáo trong ngày 20 tháng 11, và tặng cho tất cả những ai mà ta mở lòng trân quý. Hoa hồng cứ nở hồn nhiên, chỉ tại ta bó hẹp nó trong chữ “ái” nhỏ bé của ta rồi bắt nó héo khô, đau đớn. Xin lỗi hoa hồng, muôn ngàn lần xin lỗi!

SÔNG

Thị trấn An Long cách Hồng Ngự mười mấy cây số. Có một bến đò nhỏ từ thị trấn đưa sang cù lao Tân Quới. Tôi về Tân Quới thường xuyên để dạy học cho những đứa trẻ nghèo. Và anh đã theo tôi suốt từng chặng đường vất vả.

Ngồi xe đò, tôi nôn thốc nôn tháo vì say xe, thì di động tít tít tin nhắn: "*Trưa em về An Long- Dạy từng chữ vỡ lòng- Mịt mù đường cát bụi- Em vẫn cười thong dong- Từng đóa hoa vi tiếu- Tặng thiếu nhi vùng sâu- Em tự làm sứ giả- Của Đức Phật trong lòng.*" Tôi mỉm cười. Anh lại ví tôi là con của Phật, vui theo cái vui của chúng sanh. Tôi nhắn trả lời: "*Mắc cỡ quá đi. Làm có chút xíu, khen hoài.*" Và cơn mệt nhọc chợt biến đi đâu mất.

Bến đò chiều gió thổi lộng tư bề. Cuối đông còn sót trận mưa phùn hiếm hoi của đất trời phương Nam. Tôi co ro áo mỏng, cố giữ cho trang giáo án đừng ướt. Sông gợn sóng, đò bồng bềnh trôi như một chiếc lá. Bến bãi dần xa, những gốc bằng lăng tím biếc một màu thương nhớ đã ở lại sau lưng... Tin nhắn lại về. "*Đưa người, ta không đưa qua sông. Sao có tiếng sóng ở trong lòng. Nắng chiều không thắm, không vàng vọt. Sao đầy hoàng hôn trong mắt trong...*"

Những hoàng hôn đầy sóng và gió nơi bến quê nghèo, nhưng trái tim đầy ắp yêu thương...

Rồi chúng tôi chia tay. Đường đời đẩy mỗi người đi một ngã. Chỉ có tôi vẫn trở về An Long, qua cù lao dạy học. Bến đò vẫn thấm đẫm hoàng hôn, đầy sóng và gió. Tôi khoác thêm chiếc áo mà nghe lòng vẫn lạnh, tái tê. Đò tách bến, hàng bằng lăng tím biếc ở lại phía sau lưng...

Những đứa trẻ ra tận bến đò đón cô giáo, reo lên mừng rỡ. Học trò tôi vẫn nghèo, vẫn ngong ngóng đợi chờ. Tôi ôm từng đứa, nước mắt chảy dài. Thằng Quý móng tay đầy đất, lát nữa cô cắt cho. Nhỏ Ngọc sao khóc vậy, dượng ghẻ lại đập ống heo của con lấy tiền đi uống rượu phải không? Nhỏ Phượng bà ngoại lành cái chân bị té hôm nọ chưa? Ai nấu cơm cho con ăn đi học?... Thôi thôi vô lớp, chia mấy cái bánh trong túi xách của cô nè. Hông, cô đâu có khóc, tại nhớ tụi con quá chừng đó mà...

Tụi nhỏ mới chớp mắt đã cười tí toét, hồn nhiên nhai bánh ngon lành. Tôi chui vô phòng, lau nước mắt. Ngón tay chạm vào điện thoại. Tin nhắn cũ còn lưu. "*Trưa em về An Long- Dạy từng chữ vỡ lòng- Mịt mù đường cát bụi- Em vẫn cười thong dong...*" Chợt xốn xang. Cảm ơn những câu thơ, không bao giờ là quá khứ. Những câu thơ bây giờ mới thật sự thấm thía. Anh đã đưa tôi qua trọn chuyến đò, mà anh đâu có hay. Nếu không có những vần thơ ấy, có thể tôi đã dừng lại nửa chừng, chọn một con đường phẳng phiu hơn, có thể ở bên anh nhưng mất anh mãi mãi. Còn bây giờ, anh đã rất xa, nhưng sông lại chở anh về bến cũ, bên cạnh tôi mỗi lần mở trang giáo án. Sông mênh mang gợn sóng, mà lòng người tĩnh lặng vô bờ. Nắng chiều rất thắm, rơi trên từng cánh bằng lăng tím. "*Em vẫn cười thong dong...*" Ờ, thì... cười. Cô giáo mang nụ cười lên lớp. Học trò đâu hiểu vì sao. Chỉ thấy hoàng hôn ngập tràn trong những đôi mắt trong veo, để sáng hôm sau tia nắng ấy hiện lên thành nắng mai rực rỡ.

VALENTINE CHO MÌNH

Ngày Valentine, chưa kịp có quà tặng, tôi đã đi mua ngay một bó hoa để... tặng mình. Cắm hoa vào lọ, tôi say sưa ngắm, mỉm cười hạnh phúc. Hoa đẹp, tôi đẹp, và cuộc đời cũng đẹp...

Ai không mong sẽ có món quà dễ thương vào ngày Valentine. Thế nhưng, không phải ai cũng có người tặng quà. Nhiều người chỉ mang nửa trái tim, chưa tìm được nửa kia ghép lại. Nhiều người mang trái tim tan vỡ, đớn đau. Có người cả hai mảnh tim đều hoàn hảo nhưng "đối tác" không biết cách tỏ bày, hoặc thiếu một chút lãng mạn. Có người lại không màng "ngày này ngày nọ" cho mệt tâm... Rất nhiều "hoàn cảnh" để ngày Valentine trôi đi trong thờ ơ, hoặc trong chờ đợi mỏi mòn, hoặc trong dằn vặt xót xa...

Tôi may mắn luôn có quà Valentine mỗi năm. Nhưng tại sao phải thụ động ngồi chờ kẻ khác yêu mình nhỉ? Tại sao không yêu lấy chính mình? Cuộc đời của mình trước tiên do mình "quản lý", sao cứ phải phụ thuộc vào lòng yêu ghét của người khác. Mình phải trân trọng lấy mình, vì mình chỉ có một cuộc đời để sống mà thôi. Thế cho nên, phải yêu nó, chăm chút lấy nó. Một đóa hoa, một bộ quần áo đẹp, hoặc một bản nhạc, một vài tiếng đồng hồ thư giãn quên phức lo toan... thế cũng là quà. Mình tặng mình trước khi người tặng.

Mà đời đã tặng mình nhiều thứ lắm rồi, tại mình không chịu nhìn, cứ mơ tưởng những thứ "chưa có" nên khổ tâm. Thử nhìn lại những thứ "đang có" sẽ thấy hạnh phúc. Những món quà vô giá mà tạo hóa, cha mẹ, xã hội đã ban cho. Mình mấy chục tuổi là mấy chục năm được tặng quà, được yêu, được vui, sao mình lại quên! Đời không chỉ có một ngày Valentine, mà là 365 ngày mỗi năm, mình sống trong tình yêu của biết bao người chung quanh. Tình yêu, đâu chỉ là trai với gái, mà là với tất cả mọi người. Có tìm được thứ tình này thì mới không dằn vặt riêng tư.

Mà mình tự yêu mình thế có gọi là ích kỷ? Không đâu. Mình không biết yêu mình thì làm sao biết yêu người khác? Khi mình biết trân trọng bản thân, biết nạp năng lượng cho đời mình, thì mình mới tỏa năng lượng ra chung quanh để làm ấm áp tha nhân. Một tâm hồn lạnh lẽo, một thân xác héo mòn, một trí tuệ cùn nhụt, sẽ không thể nào giúp ích cho ai. Một cái đèn chỉ tỏa sáng được khi chính nó có năng lượng, có ánh sáng. Hãy chăm sóc mình cho tử tế rồi lấy đó mà chăm sóc gia đình, bạn bè, thầy cô, xã hội. Thế là yêu.

Những cánh hoa của tôi đang rạng ngời trong lọ, hương hoa thoang thoảng một góc nhà. Ngày Valentine của tôi...

MỌT SÁCH

Nghệ sĩ nhân dân Doãn Hoàng Giang cả tháng nay vô Sài Gòn dựng vở *Người mang 9 án tử hình* cho Nhà hát Kịch TP.HCM, nhưng còn kẹt diễn viên tìm chưa đủ, nên ngày ngày ông la cà ở 5B bù khú với anh em nghệ sĩ. Tôi cũng là một trong những thành viên đắc lực của nhóm 108 anh hùng Lương Sơn Bạc, khoái "*ngồi đồng*" ở căn-tin Nhà hát Sân khấu nhỏ, vừa có sự chơi đùa thân thiết với nghệ sĩ, coi nhau như bạn bè, vừa nắm được những thông tin về sân khấu để viết bài, vừa có thể học hỏi những cái hay của bậc tiền bối.

Có thêm cái "*bản mặt*" của "*bác Doãn*", căn-tin như tưng bừng hẳn lên. Ông vừa uyên bác vừa hóm hỉnh, vừa sâu cay đích đáng vừa nhân hậu chí tình. Ông tuổi Mậu Dần, sinh năm 1938, bằng tuổi má tôi, nhưng khỏe, trẻ, yêu đời lạ lùng. Khối kẻ mê ông! Ông luôn xuất hiện với chiếc nón kết đội trùm lên đầu, mái tóc dài buộc túm sau đuôi đích thị là "*tóc em đuôi gà*". Áo thun màu tối, thường là đen hoặc xám, khoác ngoài là chiếc *jean* không tay rất bụi, quần thì tùm lum những túi to đùng, thêm cái "*bao tử*" da lủng lẳng trước bụng đựng di động, đủ "*ngầu*" rồi nhé. Miệng hoặc tay phải luôn có điếu thuốc, nhưng chẳng thấy hút bao nhiêu, hình như chỉ phì phèo cho vui. Rượu chẳng biết uống, thế mới hay. Vậy mà ai rủ đi chơi cũng ô kê, rồi về than: "Chúng nó uống thì chúng nó say, còn mình ngồi không mệt bỏ mẹ!" Nhưng ông không từ chối một cuộc chơi nào. Cũng ham vui... bỏ mẹ! Ấy ấy, nhưng lại là một ông bố cực kỳ mẫu mực, mấy chục năm làm "*gà trống nuôi con*" mà tươi cười hớn hở. Bởi cái sự yêu con nó quá chừng da diết, nó xâm chiếm cả cuộc đời, nó cũng là một "*sự nghiệp*" không kém phần rực rỡ như sự nghiệp sân khấu. Tôi muốn bắt tay ông thật chặt, vì quá hiểu cái sự yêu con này, nó khiến tôi có thể ở vậy hai chục năm mà không hề hối tiếc. Hóa ra mình vừa tìm thêm được một "*tri âm*".

Nhưng điều "*tri âm*" hôm nay định viết chính là tính mê sách của "*bác Doãn*". Ông đọc nhiều khủng khiếp, đông tây kim cổ gì cũng đọc và có trí nhớ tuyệt vời lẫn giọng kể hấp dẫn, nên khi ông diễn đạt là cả bọn cứ nghe say sưa. Ông còn nói: "Một ngày không đọc sách, soi gương thấy mặt mình ngu đi. Ôm sách vào ngực tưởng như tiền nhân đang ôm ấp lấy mình, an ủi, sẻ chia. Chung quanh toàn là sách, cho nên nói 'ăn nằm với tiền nhân' là thực đấy!"

Giọng nói lẫn gương mặt Doãn Hoàng Giang tràn trề tình yêu với sách. Tôi lại giật mình. Eo ôi, sao giống nhau đến thế! Tôi cũng thuộc loại si mê, đắm đuối vì sách, một ngày không đọc tưởng ăn không ngon, ngủ không yên. Chỗ tôi ngủ, một bên là con nằm, một bên là sách, để đầy từ trên đầu xuống dưới chân, còn căn nhà thì tủ sách la liệt từ dưới đất tới trên lầu. Con mắt đụng đâu cũng phải thấy sách, tay quơ đâu cũng phải chạm sách, vậy mới sướng. Và một ngày, sau khi xong việc cơ quan là lại ôm cuốn sách. Trên tivi có câu quảng cáo "Ăn bóng đá. Ngủ bóng đá. Làm việc bóng đá", thì mình cũng "Ăn với sách. Ngủ với sách. Làm việc với sách".

Tôi có tật ngủ một đêm thức giấc mấy lần vì thói quen thường đắp chăn cho con, cứ canh chừng đắp hoài bởi nó hay đạp chăn rồi bị lạnh. Thức xong, muốn dỗ giấc phải có sách. Đọc khi nào mỏi mắt thì cứ ríu lại, úp sách lên ngực ngủ luôn. Chiếc đèn học dùng làm đèn ngủ, luôn sáng trưng trên đầu giường. Vài tiếng đồng hồ lại thức, kéo chăn lên ngực con, xong đọc tiếp, và ôm sách ngủ tiếp. Nhiều cuốn dày cộp như Tứ Thư, Việt Nam Phật giáo Sử luận, Lịch sử Phật giáo thế giới... nặng trịch đè lên ngực, vậy mà vẫn ngủ ngon lành. Thật sự có cảm giác y như "bác Doãn", là thấy tiền nhân đang ôm ấp, vỗ về, an ủi cho mình. Đọc đến người nào, thấy người đó hiện diện sống động quanh ta, đang nhìn ta âu yếm. Tiền nhân thương ta như cha mẹ, muốn dạy ta nên người mới lao tâm khổ trí để lại những lời vàng ngọc.

Sách không là những trang giấy in công nghiệp, mà ta nhìn thấy trong đó những khắc khoải thương yêu, những tấm lưng còng dưới ngọn đèn và cây bút, những bôn ba sương gió đi rao dạy cho đời. Đọc lời Phật, hình dung Phật chân đất đầu trần vượt núi vượt sông mà nước mắt tôi chảy dài. Đọc lời Khổng Tử, hình dung ngài già nua vẫn lầm lũi đi thuyết khách những ông vua coi trọng lễ nghĩa, để nhân dân bớt chịu cảnh đao thương chinh chiến, lòng mình không khỏi rưng rưng. Đọc Nguyễn Trãi, thấy tấm lòng "*đêm ngày cuồn cuộn nước triều đông*" mà trang sách ướt nhòe trong đêm vắng. Đọc *Tagore* khâm phục sự minh triết ẩn tàng trong những vần thơ đẹp đẽ. Và *Basho* dẫn tôi đi nhẹ nhàng qua những cái giếng sâu cuộc đời để cảm nhận một tiếng ếch vang lên giản dị... Biết bao nhiêu bàn tay tiền nhân dìu dắt ta đi qua cõi nhân sinh này. Nhìn xuyên qua trang giấy, dòng mực, mới thấy tình yêu cuộc sống chưa bao giờ ngừng nghỉ suốt thời gian vô thỉ vô chung.

Hạnh phúc lắm khi được làm "*con mọt sách*". Bởi mình còn có đôi mắt để nhìn rõ chữ, còn có trái tim để rung động, còn có cái đầu để suy tư. Mình có quá nhiều thứ. Mình "giàu" hơn mình tưởng.

Nhưng thầy Phổ Hòa có lần nói đùa: "Kiếp sau Diệu Kim sẽ đầu thai làm con mọt núp trong cuốn sách. Mà con mọt này sẽ chết vì... đói. Bởi nó yêu sách quá, không dám gặm trang nào, thà đói mà chết!"

Úi trời, có thiệt vậy hôn?

CẦN VÀ THÍCH

Con trai rất kén ăn. Đặc biệt ghét món rau. Một hôm tôi dỗ con: "Con ăn thử miếng đậu đũa này xem. Mẹ cưng!" Con lắc đầu quầy quậy: "Con không thích." Tôi kiên nhẫn: "Nhưng nó bổ con à, có vitamin." Vẫn lắc đầu: "Con không thích!"

Tôi nghiêm giọng: "Dù con không thích nhưng cần thiết phải ăn. Ở đời, không phải lúc nào mình cũng có thể làm theo ý thích của mình. Có những thứ *cần*, dù không thích vẫn phải làm. Và có những thứ *thích*, nhưng vẫn không thể làm. Thí dụ, mẹ vốn thích viết văn, làm thơ, nhưng mẹ phải nén lại để viết báo, vì đó là thứ cần để nuôi con. Nếu mẹ chỉ biết làm theo ý thích của mình thì có khi con đang phải sống vất vả, chưa mua được cái nhà để ở như bây giờ." Con trai im lặng, và rồi ăn hết chỗ đậu mẹ đưa.

Một sự cố xảy ra trong cơ quan. Tôi bị tạm ngưng công việc vài tháng. Công việc cần thiết để kiếm tiền sinh sống. Dĩ nhiên, gia đình chật vật hẳn đi. Nhưng lạ kỳ, một cảm giác nhẹ nhàng đồng thời ập tới, bởi tự dưng được thoát khỏi mọi áp lực về chỉ tiêu, chất lượng, cạnh tranh... Lập tức ngồi viết văn mê mải, tận dụng cơ hội hiếm có bất ngờ này. Bao nhiêu năm thèm cầm bút dạo chơi trong vườn văn chương nhưng hầu như không lúc nào hở tay và rảnh óc, cứ chạy long lên vì những thứ gọi là *cần*. Đến nỗi cảm giác mình không còn sống cho mình nữa, mình tan biến thành từng mảnh vụn, mảnh này cho con, mảnh này cho má, mảnh này cho cơ quan, mảnh này cho những đứa học trò nghèo ở miền quê... Thậm chí, lâu lâu có người bạn lôi thơ cũ của mình ra đọc mà mình cứ tưởng... thơ ai! Có một con người khác đang chết dần trong bản thân mình...

Thế rồi, cái xui xẻo chợt ập đến. Vùng vẫy cũng vô ích. Thôi, không sân si, không than thở, trách móc gì hết. Buông thõng hai tay. Và xoay qua làm cái mà mình *thích*. Viết, viết, và viết. Tâm trí chẳng còn bôn ba bên ngoài nữa, liền tự quay vào trong, dạt dào ý tưởng. Hay dở chưa biết, chỉ biết là thấy đời còn rất đáng yêu, thấy mình còn đầy sức sống. Nghệ thuật cứu rỗi con người. Trái tim càng mềm mại và tha thứ. Nhìn đời lăng xăng quay cuồng, sao mà ngỡ ngàng...

Thế đấy, có khi phải ráng mà thích cái cần làm. Ngược lại, có khi cần dám sống cho cái thích, dẫu trong bước đường cùng. Đặt mỗi thứ đúng chỗ và đúng lúc thì nó đều cứu được đời ta.

Cuối cùng, nhớ câu chuyện Tái Ông mất ngựa. Ờ, chuyện xưa mà không cũ. Được mất biết đâu mà lường nhỉ!

TRÚNG SỐ

Tôi không thích mua vé số. Bởi tôi nghĩ trúng số là một sự may mắn, mà sở dĩ người ta may mắn là nhờ cái phước đã gieo tự đời nào. Còn tôi xét thấy mình tài hèn phước mỏng, dễ gì nhân quả hiện ra "*ngon lành*" như thế. Cho nên, khỏi mua là xong.

Và còn một lý do nữa. Tôi có người bạn, hắn hay nói: "Mua vé số là mua niềm hy vọng. Người ta sống quá khổ sở, chỉ còn bám víu vào hy vọng mà thôi. Mỗi ngày bỏ ra chút đỉnh tiền để nuôi hy vọng, vẫn hơn là tuyệt vọng." Thoạt nghe, cũng thấy... có lý. Nhưng rồi tôi thử sống một ngày với niềm hy vọng ấy, thì chao ôi, thấy cái tâm mình nó bồn chồn, vọng động ghê lắm. Sáng, mua tờ vé số, có nghĩa là bắt đầu thấp thỏm cho tới chiều. Cao điểm nhất là khi dò từng con số, trái tim tự dưng tăng nhịp lúc nào chẳng hay. Vô một con, huyết áp như nhảy lên một nấc. Vô hai con, ba con, nín thở. Và nếu như chỉ sai một con thì cái đầu thật sự nổ tung. Giải an ủi là cái giải "*độc ác*" nhất đứng liền sau cái giải "*độc đắc*". Thà không vô con số nào, còn hơn "*vờn*" nhau kiểu ấy, để rồi cuối cùng chới với. Có người nổi cáu lên, chửi um sùm, thậm chí đập phá đồ đạc, bứt đầu bứt tai như điên khùng.

Mỗi chiều tôi đều chứng kiến cái xóm lao động của tôi vang vang tiếng bàn luận, la ó, bực bội, chửi thề của những người thua cuộc. Hy vọng rồi thất vọng, nó dẫn người ta theo nó một cách khổ sở. Mà số người thất vọng luôn nhiều hơn số người trúng giải. Nghĩa là nỗi buồn luôn nhiều hơn niềm vui. Trò chơi may rủi vốn là như thế, kẻ may luôn ít, người rủi thì vô cùng. Biết vậy, mà người ta vẫn theo đuổi, rồi sân si, đau khổ. Cho nên, tôi lẩn thẩn sợ trái tim mình không chịu được những cảm xúc dao động đó, thôi, giữ cho nó yên tĩnh suốt một ngày là hơn. Đời quá xá động rồi, rước thêm một cái động vô mình nữa, biết trái tim có chịu nổi không! Phiền não theo hoài là vậy!

Còn như nói mua vé số để ích nước lợi nhà, thì thôi, tôi sẵn sàng đóng tiền từ thiện một cái rụp, miễn sao cái tâm khoẻ khoắn là được. Hơi gàn!

Thành ra, tôi thường ngoảnh mặt chỗ khác khi nghe tiếng mời mua vé số, lắc đầu một cái là xong. Nhưng rồi một hôm, chợt nhìn thấy ánh mắt đau đáu của thằng bé gầy còm và bà cụ già hơn 70 tuổi dắt díu nhau trên hè phố nóng. Cái lắc đầu của tôi làm nỗi thất vọng tràn lên mắt họ. Nỗi thất vọng xoáy vào lòng tôi. Bà cụ không mời thêm tiếng thứ hai, mà lặng lẽ bước đi, cái lưng còng xuống như một dấu chấm hỏi mênh mông giữa dòng đời bất tận. Tôi bàng hoàng gọi bà quay lại. Và chìa ra mấy tờ bạc lẻ, rút đại một tấm không cần nhìn số. Gương mặt già nua như giãn ra, và đôi mắt bồ câu của thằng bé lấp lánh niềm vui.

Thế là, từ đó, bất cứ ai mời tôi mua vé số, tôi cũng nhìn vào mắt họ. Luôn luôn có một tia hy vọng cháy lên. Và tôi không muốn nó xẹp xuống thành nỗi thất vọng. Tôi chỉ cần nhẹ nhàng rút một tờ mỏng mảnh thôi, là trao tặng họ một niềm vui. Chiều đó, tôi không cần dò, cũng biết có người đã "*trúng số*". Giải rất nhỏ, nhưng còn hơn thất vọng. Cứ vậy đi, mỗi ngày tôi tặng một niềm vui, cả tôi và họ cùng trúng số, khỏi dò!

LẠI TRÚNG SỐ

Bà dì tôi trúng độc đắc. Tôi ghé nhà thăm, được bà báo cho tin vui ấy. Gương mặt bà hớn hở, cả mấy anh mấy chị cũng cười thật tươi vì mới đi lãnh tiền về. Tôi là đứa cháu ruột mà bà rất thương nên bà không ngại ngần xổ bọc tiền ra và "lì xì" ngay mấy tấm polymer màu xanh lá cây mới cáu. Tôi từ chối, chỉ lấy một tấm cho bà vui lòng. Anh tôi bàn:

- Má à, thay bộ sa-lông mới nghen. Hay mua cái tivi mới cho má coi, cái tivi cũ màn hình mờ hết trơn.

Chị tôi trề môi:

- Xí, mua cho anh coi đá banh thì có. Dụ má hả? Để tiền sửa căn gác.

Dì cười:

- Ờ, từ từ. Sửa căn gác cũng được, còn dư tiền thì mua tivi. Còn đi cúng chùa nữa chớ.

Anh chị tôi hoan hô:

- Má có phước hơn tụi con. Chừng nào má đi cúng cho tụi con đi theo nghen.

Bà dì tôi gật đầu. Cả nhà tíu tít chuẩn bị dọn cơm ăn mừng.

Tôi vừa cầm đũa thì nghe một cái xoảng. Giựt mình, muốn rớt chén cơm. Tiếng động từ nhà hàng xóm. Rồi tiếng một người đàn bà tru tréo om lên:

- Trời ơi là trời, ngó xuống mà coi nè. Bữa nào cũng nướng hết tiền vô mấy tấm vé số. Sáng mua, chiều xé. Còn đâu nuôi vợ nuôi con.

Con hẻm nhỏ bỗng vang động. Người phụ nữ nhảy hẳn ra

hẻm, đứng gào to, hai tay đập vào đùi chan chát. Một người đàn ông lao theo, nắm áo chị:

- Mẹ mày, có mấy tấm vé số mà chửi chồng vậy hả?

- Cả chục tấm chớ mấy tấm hả? Ông chạy xe một ngày được bao nhiêu mà mua hết mấy chục ngàn. Chiều nay không đem về đồng nào, sáng tiền đâu đi chợ. Ngó xuống mà coi nè trời. Tui cho cả lũ ăn nước mắm.

Người chồng hất tay một cái, chị vợ lăn kềnh ra đất, áo xống tung hê. Gương mặt lam lũ với mái tóc rối bời không chăm sóc chợt tức tưởi oà lên. Thằng con chừng 3 tuổi từ trong nhà chạy nhào ra ôm mẹ, cũng khóc nức nở. Người chồng lầm bầm:

- Tối ngày như vậy biểu không nghèo mạt rệp sao được. Tao mua vé số để hy vọng đổi đời. Tao muốn mẹ con mày sung sướng, hiểu hay không!

Chị vợ thút thít:

- Sướng đâu chưa thấy, thấy ông nướng tiền xót ruột.

- Mua một tấm làm sao giàu nổi. Mua nhiều, mới trúng số cặp chớ. Đồ ngu!

Chị vợ lại hét toáng lên:

- Tui không biết. Ngày mai ông không có tiền thì con Bé Hai nghỉ học. Nghe chưa!

Một cô bé khoảng 10 tuổi, chắc là Bé Hai, đứng nép vào hàng rào nhà dì tôi, mếu máo. Người đàn ông nghiến răng bước tới bên vợ:

- Nín chưa? Nói một câu nữa tao vả cho gãy răng. Đi vô dọn cơm. Mẹ kiếp, chạy xe về đói rã ruột mà nghe tụi bây um sùm, ai chịu nổi hả?

Chị vợ đứng dậy, phủi quần áo, xốc nách thằng con, lấy

tay quẹt mũi dãi lòng thòng cho nó, và quẹt ngang mắt mình, để lại một đường nước mắt vắt qua gò má. Chị nhìn cô bé đứng cạnh hàng rào:

- Bé Hai, vô dọn cơm cho thằng chả. Cha con bây ăn đi. Tao không ăn.

Con Bé Hai lủi thủi đi vô. Con hẻm nhỏ bây giờ mới im ắng lại. Mấy nhà trong xóm ló đầu ra coi rồi thở dài ngồi nhìn. Chị tôi nói:

- Vợ chồng chú này cứ gây nhau như cơm bữa. Cũng chuyện đó thôi. Tội nghiệp!

Hạt cơm nghẹn ngang cổ tôi. Ăn xong, tôi chào dì ra về. Tôi len lén ngoắc con Bé Hai ra đầu hẻm, dúi vào tay nó tờ giấy bạc màu xanh lá cây. Con bé trố mắt nhìn mãi.

Tôi chạy xe mà cứ nhớ câu của Nam Cao, đại ý, cuộc đời là chiếc chăn hẹp, hễ người này kín thì người kia hở. Trong số tiền dì tôi mới lãnh chiều nay có bao nhiêu nỗi thất vọng và giọt nước mắt của người khác gom vào?

TỪ GÁNH VE CHAI

Tôi có bà dì ở gần nhà nên thường sang thăm. Nhiều lần, đến đúng lúc bà đang dọn dẹp nhà cửa, gom phế liệu bán cho hàng ve chai đồng nát. Những chai nước tương, những vỏ lon nước ngọt, những tờ báo cũ... Chị ve chai cân xong, nói giá 2.500 đồng. Bà bảo: "Bốn ngàn mới được. Cả đống thế này!". Chị ve chai lắc đầu: "Cháu không có lời bà ạ. Chai nước tương rẻ lắm, cháu mua giùm bà cùng giá với lon nước ngọt là đã hẹp cháu rồi." "Vậy ba ngàn nhé!", bà dì tôi trả giá thêm tiếng nữa. Chị ve chai tặc lưỡi rồi đưa tiền, chất đồ lên gánh quảy đi.

Tôi khẽ khàng: "Dì bán rẻ cho người ta một chút cũng được, tội nghiệp..." Bà nói: "Ối chà, mấy người đó luôn ép giá, chớ họ bán lại cho vựa lời gấp mấy lần." "Nhưng họ nghèo lắm mới đi làm nghề đó. Coi như dì đi chùa bố thí vậy mà." "Bố thí thì có thầy ghi tên đàng hoàng, có phước chớ con!"

Tôi biết dì mỗi lần quyên góp từ thiện cho chùa mấy trăm ngàn, cầm về tờ giấy ghi CÔNG ĐỨC in hoa sen xanh đỏ đẹp mắt. Nhưng không hiểu sao tôi vẫn chạnh lòng khi thấy dì không thể bố thí vài trăm bạc lẻ cho người gánh ve chai. Hình như làm cái gì thầm lặng, nhỏ nhoi thì người ta không thích bằng. Mỗi lần tích cóp, nhặt nhạnh, rồi kỳ kèo được vài ngàn đồng, đến mấy chục lần mới đủ số tiền để đem vô chùa bố thí. Sao không cho ngay lúc ấy, có đỡ nhọc thân, nhọc tâm hay không!

Nhà tôi tháng nào cũng tổng vệ sinh. Bao nhiêu là phế liệu như nhà dì, tôi chờ những người ve chai đi ngang, gọi vào cho hẳn. Một chị có bầu bảy tháng, bụng lặc lè, mừng rỡ nhìn đống báo cũ. Tôi nói: "Chị để dành mà sanh. À, chị để em xách dùm ra đầu hẻm, cho chị đỡ nặng, bụng bự quá chừng còn gánh nữa, không tốt đâu". Chị cảm ơn rối rít: "Không sao đâu em, chị gánh quen rồi. Mà em cho chị đống chai này coi như em đãi chị một bữa cơm trưa đó nhé." Tôi hiểu, một dĩa cơm bụi chỉ chừng 3.000 đồng, vậy mà nụ cười chị quá tươi.

Nhìn dáng chị xiêu xiêu trong hẻm nhỏ, tôi thấy hình như có một nụ cười hài nhi đang trong bụng mẹ. Đứa nhỏ cảm thọ vui buồn qua trái tim của mẹ, cho nên một chút xíu niềm vui tôi dâng tặng có thể đã được nhân đôi. Mà không, phải nói là nhân ba mới đúng, bởi chính tôi cũng nhận được niềm vui.

ĐI BỘ

Mỗi tuần, tôi cố gắng sắp xếp để có một lần tập thể dục bằng cách đi bộ. Tôi thường đi vào buổi chiều sẫm tối, hoặc nhân lúc có vở kịch nào diễn gần nhà thì đi bộ ra xem, coi như một công đôi việc. Đi từ đường Tôn Đản quận 4 đến sân khấu Kịch Sài Gòn, Nhà hát lớn, Nhà hát Kịch TP.HCM, rạp Hưng Đạo, chắc khoảng 3-4 km. Thi thoảng như hôm qua, tan suất diễn phúc khảo tại 5B, tôi đi bộ trở lại nhà, hình như 5 km, nhờ đôi dép có 25.000 đồng mà nhẹ tênh, êm chân.

Trên đường, có biết bao nhiêu chuyện thu vào đôi mắt, bao chuyện đáng nghĩ, đáng làm. Thảo nào nhà văn Sơn Nam viết được nhiều chuyện như thế, bởi ông cả đời chỉ đi bộ, không hề biết chạy xe đạp hay honda, và trên muôn dặm nẻo đường đi bộ ấy ông đã quan sát, nghe ngóng được rất nhiều.

Chạy xe, nhất là xe ô tô, ta vút qua cuộc đời nhanh quá, và trong một cảm xúc, một tâm thế khác hẳn lúc đi bộ. Từng bước chân đặt trên đất, ta mới có cảm giác hòa mình vào cuộc sống đang bộn bề bày ra trước mắt, rất gần gũi, rất thông cảm với người dân.

Tôi đã từng thử mình ở các phương tiện giao thông khác nhau, và hiểu tại sao những "ông quan" đi ô tô bóng lộn mới dễ dàng ra những chủ trương làm khổ dân. Dĩ nhiên, nói như thế không có nghĩa không dùng ô tô, nhưng ước gì những ông quan đó có dịp vi hành bằng chính đôi chân của mình để lội xuống ruộng hay xuống công trường, vỉa hè, để cảm nhận đời sống người dân cụ thể hơn. Mà thôi, chuyện người ta, lo nổi không, mình đa mang quá không khéo buổi đi tập thể dục thư giãn trở thành buổi suy nghĩ nặng lòng thêm...

Nhưng làm sao không nặng lòng cho được! Bên vỉa hè có những cái gánh đang túm tụm lại với nhau, trên gánh treo lủng lẳng những chùm trứng cút, hoặc cốm gạo, bánh đa, phía dưới thúng là non chục ổi xanh, xoài sống, vài trái táo, trái cam... Chủ gánh đang giở hộp cơm nguội ngắt ra nuốt vội nuốt vàng để còn chuẩn bị gánh đi bán buổi tối, trước khi trở về khu nhà trọ chật hẹp với đôi chân mỏi nhừ. Nghe giọng nói biết ngay họ từ miền Trung trôi dạt vào Sài Gòn kiếm sống, mỗi tháng dành dụm mấy trăm ngàn gởi về nuôi cả gia đình. Nhìn những gương mặt khắc khổ vì mưa nắng trên đường tha phương cầu thực, ai không khỏi thắt lòng. Nhưng họ có lòng tự trọng, không ngửa tay xin tiền người khác, không ăn cắp, làm bậy.

Một nhóm người khác làm thợ hồ xây dựng, kê dép ngồi trên vỉa hè đợi nhau cùng về, trọ trẹ giọng Quảng, làm tôi nhớ chú Năm đang ở nhờ trong chùa Long Nguyên, cũng vào đây làm hồ nuôi ba đứa con lần lượt tốt nghiệp đại học. Ban ngày chú đi làm, không đàn đúm nhậu nhẹt, ban đêm về chùa canh chừng cửa nẻo cho các sư cô yên lòng, có khi bửa củi, khiêng xách dùm những thứ nặng nề, thành ra ăn hột cơm của Tam Bảo mà không mắc nợ.

Vỉa hè có chật một chút vì những người như thế, cũng thấy vui lòng! Nhiều khi bực mình vì phải leo xuống lòng đường mà đi, nhưng rồi bùi ngùi bởi chỗ nào cũng thấy người nghèo, thôi đừng quá bận tâm tới cái nồi cháo của bà này, gánh xôi của chị nọ, hay cái chỗ vá xe của chú kia... Dù họ có làm xấu bộ mặt phố phường nhưng họ không đi trộm cắp đã là mừng rồi. No ấm trước đã, rồi mới dám nghĩ tới cái đẹp.

Đi ngang mấy cái công viên, chợt giật mình, hầu như ghế đá nào cũng thiết kế cùng một kiểu có những gờ nổi cao lên, phân chiếc ghế ra làm ba khúc. Dụng ý là không cho người ta nằm lên ghế đó thôi. Mà "*người ta*" nào? Chỉ có những kẻ lang thang không nhà không cửa mới tìm một chỗ ngả lưng nơi này, chứ ai có gia đình đàng hoàng lại chịu ngủ lang. Làm ghế như vậy thì phố phường đẹp mắt hơn, vì không có cảnh người nằm phơi bụng mà ngủ. Nhưng nghĩ kỹ vẫn thấy bất nhẫn thế nào! Người cùng khổ, lấy đường phố làm nhà, vẫn không yên thân. Rồi họ ngả lưng nơi đâu giữa trời đêm mịt mù? Đặc biệt những hôm trời mưa tôi cũng đội áo nhựa bước đi, trông thấy những người co ro dưới hàng hiên rất hẹp, chạnh lòng không biết đêm nay họ ngủ làm sao. Thành ra cái ghế đá làm giường tự nhiên nổi lên mấy cái gờ sao mà khắc nghiệt. Tôi cũng loay hoay giữa cái đẹp phố phường và no ấm cho người nghèo, chẳng biết tính sao! Buồn, thấy mình bất lực.

Trung tâm Sài Gòn sáng choang vào ban đêm. Các cửa hàng điện tử mở máy hết công suất, quảng cáo ì xèo. Đèn hiệu nhấp nháy xanh đỏ vàng tím. Khách ngoại quốc đi lẫn vào người Việt Nam váy áo thướt tha, son phấn mượt mà. Niềm vui là có thực. Nhưng ở nhiều góc phố, dễ dàng trông thấy những đứa bé đang dậy thì hoặc chuẩn bị dậy thì đang đeo bám khách, tay cầm hoa hoặc sách, bản đồ, quà lưu niệm. Nhìn miệng các em cười mua chuộc, nhìn trang phục bụi bặm, nghe cả tiếng các em chửi thề, tôi lo sợ mơ hồ. Cảm giác như con cháu mình sắp bị nguy hiểm trong ánh sáng phù hoa đó. Những cuộc đời trong trắng sớm bị đường phố nhuộm màu, tội quá!

Có khi tan hát, đi ngang những khách sạn cao cấp, thấy nhiều cô gái phấn son rực rỡ đang đứng, biết là hẹn khách, tôi cũng thương thương. Không biết trách ai bây giờ!

Nhưng đường phố cũng có những hạnh phúc bất chợt. Hôm qua, ngang đường Nguyễn Thái Học, thấy hai anh chị khoảng 50 tuổi ngồi xếp bằng trên tấm nylon, đối diện nhau, ở giữa là hai trái bắp luộc vàng tươi và một chai nước suối rượu nho nhỏ. Anh ực một cái, xong đưa chị. Chị ngửa cổ khà một hơi. Rồi nhìn nhau. Tôi không kềm được, mỉm cười với họ. Anh cười lại với tôi, nét mặt rạng rỡ. Chị cũng nhe răng cười. Mèn ơi, hàm răng sún hết trơn! Nhưng vẻ hạnh phúc trên hai gương mặt làm tôi xúc động. Họ lam lũ lắm, vậy mà nhiều kẻ sống trong nhà lầu không có thứ họ đang có. Mới hồi sáng, ngồi nghe ông bạn khá giả tâm sự chuyện gia đình tan vỡ, đến chiều lại nhặt được hạnh phúc bên vỉa hè, niềm tin của tôi cứ nghiêng lật bốn bề.

Buổi chiều, nhiều ông bố bà mẹ dựng xe xếp hàng chờ đón con tan học. Gương mặt ai cũng tràn trề chữ nhẫn và tình thương vô bờ bến. Hồi con tôi còn nhỏ, tôi cũng đưa đón trần ai. Giờ nhìn thế hệ tiếp theo chăm con, thấy thương. Đời cha đời mẹ còng lưng cho con. Và những đứa trẻ cũng "*đầu tắt mặt tối*" trên trang giấy. Học hành mà khổ vậy sao? Mấy ông giáo dục ở đâu hỡi trời! Thôi, an ủi một chút là con nít còn... đi học. Chứ sắp tới có thêm nhiều đứa bỏ học, thử coi cái nào buồn hơn! Lại chủ nghĩa AQ!

Và buổi chiều còn có những người bán hàng ế ẩm, ngồi ủ rủ bên mớ rau héo, mớ dưa, hành sứt sẹo, chập choạng rồi mà vẫn chưa thể dứt về để cơm nước cho con. Tôi dừng chân, nhìn sát vào mặt họ, thu lấy cái chân dung của một kiếp người. Đó, niềm vui chưa bao nhiêu đã vội quay về nỗi buồn.

Đi bộ, thấy đời buồn nhiều hơn vui. Hay tại mình kỳ quặc? Có khi dầm mình dưới trời mưa, chân liêu xiêu trong những vũng nước nhỏ, mặt lạnh buốt và mắt nhòe đi, tự nhiên thấy đời thật mong manh. Luôn luôn là cảm thức buồn. Đi trên chính đôi chân của mình mà vẫn như chưa chạm vào mặt đất, vẫn chưa hiểu gì về đất, nơi ta đang sống từng ngày. Có những thứ ẩn mình phía sau ánh sáng, làm sao để thấy, để cảm thông...

LỀ ĐỜI

Tôi thường mua thức ăn ở một ngôi chợ quận. Chợ có nhà lồng, nhưng lại có những con đường bao quanh rất rộng, và chính nơi đó trở thành một khu chợ "chồm hổm" khác, đông đúc không thể tả. Nhiều buổi sáng, tôi phải len xe honda qua những gánh rau cải, gánh tàu hủ, mì căn, rồi những thau cá, thau tép nhảy soi sói, những mẹt thịt heo lỏng chỏng, bên cạnh những thúng cam sành xanh óng ả, những cần xé mận đỏ hồng hồng... Mệt, vì chật, vì nắng. Nhưng được cái là, chỉ cần vói tay lựa, xong trả tiền, rồi thảy bó rau vô rổ xe, chạy vù về nhà, khỏi cần gởi xe vô bãi mất công. Đa số người đi chợ bây giờ là công chức, ít thời gian, phải tranh thủ kiểu như vậy, nên chả trách cái chợ "chồm hổm" cứ tồn tại mãi...

Nhưng nó luôn tồn tại trong sự phập phồng, và trong đắng cay, nước mắt. Bởi nhà nước đã quy định dọn dẹp lòng lề đường, tạo bộ mặt văn minh cho thành phố, nên không thể chấp nhận những kiểu chợ như thế. Tôi thường xuyên trông thấy cảnh truy bắt, rượt đuổi giữa những anh trật tự đô thị và những bà, những chị buôn gánh bán bưng. Đang đi, nghe "*hoét*" một cái, chưa kịp hiểu chuyện gì thì đã thấy mọi người xô nhau chạy tán loạn. Từ đằng xa, hai anh trong bộ sắc phục xanh lơ phóng xe honda tới, nhảy xuống giằng lấy rổ rau của một chị nét mặt khắc khổ. Chị cố giằng lại như một phản xạ, nhưng rồi phải buông tay vì biết nếu càng phản ứng thì càng có nguy cơ bị mời về "đồn". Chị đứng nhìn theo rổ rau mà nước mắt chảy dài. Một chị khác lật đật đẩy chiếc xe ba gác nhỏ chở chuối dạt ra xa, nhưng không kịp nữa rồi, anh trật tự đã nắm gọn cái cân của chị quẳng lên chiếc xe ô tô thùng của mấy anh vừa trờ tới. Cái cân kêu đánh xoảng, chắc là gãy chớ không mong gì còn nguyên. Nét mặt chị đau đớn, nhưng lập tức đanh lại và buông một câu chửi thề trong họng.

Thương nhất là một bà cụ hơn 60 tuổi, xăn quần gánh cái gánh cam nặng trĩu chạy lạch bạch vô hiên của một tiệm bán tạp hóa, vài trái cam lăn long lóc xuống mặt đường, no tròn, lắc lĩu. Vô tới hiên nhà, mồ hôi ướt đẫm lưng áo bà ba và đôi mắt bà như còn thảng thốt... Ngoài kia, chiếc xe của mấy anh trật tự đã đầy ắp những bó rau, những con cá, những chiếc thau nhựa cũ mèm... Và tôi không thể nào quên được những gương mặt hầm hừ, đanh lại, cứ như mấy anh đang rượt đuổi một thứ tội phạm gì ghê gớm lắm.

Tôi hay đứng lặng người dõi theo cảnh ấy và tự hỏi: Ai đúng? Ai sai? Hình như ai cũng đúng, và ai cũng sai. Mấy anh trật tự đúng, vì phải làm tròn bổn phận nhà nước giao. Nhà nước đúng, vì phải tạo bộ mặt văn minh cho thành phố. Còn những bà con nghèo khổ kia cũng đúng, vì họ không còn cách nào để sinh sống, nuôi con, mới phải lăn lưng ra lòng lề đường với số vốn vài chục ngàn chỉ đủ mua một rổ rau. Có khi số vốn ấy là tiền vay nóng mà tôi chứng kiến rất nhiều trong cái xóm lao động của mình. Cứ vay 100.000 đồng, mỗi ngày góp 4.000 đồng, coi như cuối tháng trả thành 120.000 đồng. Rồi lại vay tiếp. Như vậy, làm sao họ có thể đăng ký một cái sạp trong nhà lồng chợ với số vốn có khi là cả chục cây vàng? Họ đành dạt ra lòng lề đường. Và trong số tiền lãi nhỏ nhoi hằng ngày, chỉ cần bị tịch thu một món gì đó là coi như bứt vốn. Nước mắt chảy xuống những phận nghèo...

Thương họ, rồi thương cho mấy anh trật tự, cũng lãnh đồng lương còm cõi, mà nếu không dẹp được cái chợ chồm hổm ấy thì chắc chắn sẽ bị cho nghỉ việc, con cái ở nhà lại nheo nhóc mà thôi. Cứ vậy, niềm vui của người này là nỗi khổ của người khác. Biết làm sao!

Dẫu vậy, vẫn mong những gương mặt đi truy bắt kia đừng có đằng đằng sát khí. Bởi nếu chị ta không bán rau thế này thì biết đâu chị ta đã trở thành một kẻ cắp, gây tội ác nào đó. Hãy cho nhau một ánh nhìn thông cảm, bởi phận tôi, phận chị đều mỏng manh như nhau!

Rốt cuộc, cái chợ chồm hổm cứ còn mãi sau bao nhiêu năm. Vẫn bán tràn ra lề đường, vẫn truy bắt, rượt đuổi, vẫn khóc lóc, năn nỉ, vẫn chửi thề, cay đắng... Và biết bao phận người đang bị dạt ra "lề đời" như thế, trong khi nhiều cao ốc đang mọc lên chọc thủng trời xanh, những casino, vũ trường sặc sụa rượu, bia, gái đẹp...

Lề đời, có khi cả đời ta chưa một lần bước qua, thấu hiểu!

CÁI MÁY VÔ TÌNH

1.

Ngày nhận cái thẻ rút tiền ATM, nhiều người hồ hởi. Trong nhiều lý do, có lý do là "*thấy ghét*" những nhân viên văn phòng ít nở nụ cười khi giao dịch, thậm chí còn cáu gắt, bắt chờ bắt đợi... Mối quan hệ "*người - người*" được nhanh chóng thay bằng "*người - máy*" một cách đầy phấn khởi.

Riêng tôi lại không vui chút nào. Đơn giản vì tánh tôi không quá sùng thượng máy móc, cứ nghĩ rằng mình phải "đối diện" với một khối sắt lạnh ngắt thôi thà chịu khó xuống văn phòng gặp chị A, chị B mỗi tháng để lãnh lương còn sướng hơn.

Nhưng chẳng bao lâu, cái quan hệ "*người - máy*" nhanh chóng gặp khủng hoảng. Báo chí kêu ca đầy trời về cảnh xếp hàng chầu chực, rồi máy hư, máy thiếu tiền, máy nuốt thẻ, máy trừ tài khoản vô tội vạ... Hóa ra máy cũng "*bệnh*" tùm lum chứ có phải toàn vẹn đâu. Mà khổ, hồi nào chị thủ quỹ cau có thì mình còn biết kêu ầm lên kể tội chị ấy, bây giờ cái máy "*cà chớn*" như thế nhưng mình chẳng biết trút cơn giận vào đâu. Người quản lý máy là ngân hàng thì không hiện diện trước mặt, dù mình có hét lên cũng mình nghe chứ ai? Cái máy lạnh tanh nhìn mình chạy đôn chạy đáo vì mấy đồng lương còm. Nó lạnh hơn nét mặt chị thủ quỹ nhiều lắm.

Chợt bồi hồi nhớ những ngày xuống văn phòng... Ít nhất còn trông thấy chị mặc áo xanh hay áo đỏ, thay đổi mỗi ngày, thấy chị kẹp cây kẹp mới, đeo cái vòng tay nho nhỏ xinh xinh. Hoặc bất ngờ một hôm nhận ra cô kế toán bụng hơi to, thế là mình nói một câu chúc mừng có em bé, lại xí xọn tư vấn cho cô mua áo bầu ở shop nào, ăn uống ra sao để dưỡng thai. Có hôm reo lên vì lọ hoa trong văn phòng đẹp quá, ai khéo tay cắm vậy ta! Một bữa khác thấy chị văn thư buồn hiu, hỏi thăm mới biết mẹ chị bệnh. Rồi đến lượt mẹ mình bệnh, chị cũng hỏi thăm. Đến văn phòng, người ta thường chỉ chăm chăm vô chuyện cần giao dịch mà quên đi những con người đang giao tiếp với mình, thành ra không nhận thấy những chi tiết nhỏ có thể gây trìu mến, thân thương. Mình trách nhân viên văn phòng cư xử thế này thế nọ, nhưng chính bản thân mình cũng có quan tâm tới người ta đâu? Hôm nay chị thủ quỹ quạu, có thể chị vừa cãi nhau với chồng. Cô kế toán giải quyết chậm chạp, có thể đêm qua con của cô bị sốt, cô phải thức canh, mệt mỏi. Biết bao nhiêu áp lực đè lên một con người. Đành rằng họ không có quyền đem chuyện riêng làm ảnh hưởng chuyện công, nhưng tất cả những áp lực đó đều có thể làm "*hỏng hóc*" bản thân họ, y như cái máy bị hỏng hóc vậy thôi. Vậy, thay vì chỉ biết trách cứ một chiều, mình nên thông cảm một chút, và có khi một câu hỏi thăm, một lời khen ngợi, một câu chuyện vu vơ lại gắn kết rất nhanh. Xét cho cùng dù họ bị chê là "*người máy*" thì vẫn gần gũi mình hơn, chứ còn cái máy thì không thể biến thành "*máy người*" được. Không biết có phải là lẩn thẩn!

2.

Lại còn một cái máy khác mà tôi cũng... dị ứng. Cái máy bán nước giải khát, đứng to đùng ngay góc phố, siêu thị, cơ quan. Văn minh? Ừ, thì... văn minh. Nhưng tôi nghĩ hình như thêm cái máy là thêm một người thất nghiệp, phải chi ngay chỗ đó là một bà nào đứng bán thì bà sẽ nuôi được chồng con, có một mái gia đình no ấm. Nước mình đông dân, lại là dân nghèo, sử dụng nhân lực chưa hết, vội vàng gì "cơ giới hóa" những chỗ không cần thiết như thế? Có những thứ khác cần văn minh lẹ lẹ thì không chịu lo, thí dụ như đừng xả rác, khạc nhổ, hút thuốc nơi công cộng...

Rốt cuộc, cái máy bán nước giải khát bị bỏ xó, người ta lại mua nước chỗ bà Tư, bà Tám, vì bà có thể chiều ý từng khách hàng, ai thích ít đường, hoặc ít đá, hoặc cà phê loãng một chút, đậm một chút... Có khi vừa thối tiền vừa cám ơn rối rít. Cái máy dĩ nhiên không biết cám ơn, thua bà một bàn trông thấy!

3.

Bây giờ siêu thị mọc lên như nấm, và gần như thay thế cho những cái chợ thường bị chê là ọp ẹp, nắng thì nóng mệt, mưa thì văng sình, lại cân thiếu, nói thách, hàng kém chất lượng...

Nhiều năm nay tôi hầu như chỉ đi siêu thị. Nhưng rồi vẫn có những lúc bắt buộc phải đi chợ, khi có khách đột xuất, khi bị bệnh, khi thiếu món này món kia trong thực đơn... thì thôi chọn cái chợ gần nhà cho nhanh, cho khỏe. Rồi tự nhiên nhận ra có những điều siêu thị không thay thế được.

Trung bình một tuần đi mua sắm một lần, để dành thức ăn trong tủ lạnh, vậy một năm mình vô đó 52 lần, thế nhưng không quen được một ai, không nhớ nổi gương mặt nào! Còn đi chợ mới năm lần thôi, chị bán rau cải đã cười toe chào mình "Ủa, bữa nay đi làm về sớm ha?" Bà bán dưa hấu phẩy tay: "Bữa nay dưa hồng ngon lắm, tui nói thiệt, vì tui biết tánh cô phải ăn đồ ngon." Bà bán hoa ngoắc ngoắc: "Có hoa li mới về nè. Tui biết cô chỉ thích cúng Phật bằng hoa li." Anh bán báo thì hỏi: "Thằng con chị năm nay thi vô trường nào?" Còn chị bán đường đậu thở dài: "Tui đâu có hay má cô mất.

Thấy bà già lâu quá không đi chợ, tưởng bị bệnh thôi chứ ai dè..." Nước mắt mình ứa ra. Vậy đó, cái không gian chợ chẳng có máy lạnh, máy tính tiền, hóa đơn hiện đại, nhưng nó có thể "tính" ra được ý thích, tình cảm con người.

Đến lượt mình, trả tiền nải chuối cho bà cụ mắc hơn giá siêu thị mà bụng lại vui, vì tội nghiệp cái lưng còng của bà giữa trời nắng gắt. Buổi chiều mua giùm mớ cải cho chị kia vì sợ cải héo chị bị lỗ. Mua trái dừa của hai vợ chồng trẻ mới ly thân, tranh thủ khen thằng con bụ bẫm của nó để coi có hàn gắn được không. Vài bữa sau, thấy hai đứa sáp lại bán chung một quầy, tôi mừng không thể tả. Vậy đó, không có cái hóa đơn nào chính xác cho tình thương đâu! Chợ còn là *chợ đời*, người ta có thể trao đổi những thứ mà tiền không tính ra được.

Đời sống càng lúc càng hiện đại, máy móc đóng vai trò không nhỏ. Nhưng cái máy nào cũng "*vô tình*" cả, mình đừng trách nó. Coi chừng mình biến thành máy mới là đáng sợ!

ƯƠM MẦM

Thời khủng hoảng kinh tế, nhiều người bàn nhau tự túc nuôi trồng, nếu có thể, để đỡ tiền chợ. Tôi cũng bắt chước theo. Vả lại, quá thèm màu xanh của cây cỏ, thèm trông thấy luống rau, giàn đậu, hoa mướp như ngày xưa ở thôn quê yên bình. Thôi thì, tiền chợ là một chuyện, hoài niệm mới là chuyện lớn hơn.

Cái ban-công nhỏ xíu đã chen đầy những chậu kiểng, biết trồng rau chỗ nào bây giờ? Phải tỉa bớt hoa nhường chỗ cho rau. Mà tỉa chậu nào đây? Hồi tính trong đầu thì dứt khoát lắm, nhưng khi bước ra trông thấy những chậu cây thân quen, lòng bỗng phân vân, chùng lại. Cây nào cũng "ở" với mình cả năm, thậm chí vài năm, "bắt rễ" vào lòng rồi, nhổ lên sao khó quá. Cây cọ gai xòe lá tròn xoe như cái dù, dễ thương. Cây tắc ra quả tròn lúc lỉu kịp ngay mùa tết, từ màu xanh đã chín vàng nhìn chảy nước miếng. Cây nguyệt quế hoa đã nhú trăng trắng, hứa hẹn một mùa thơm lãng đãng dưới trăng. Cây hồng đầy búp đầu cành, sẽ đỏ rực lẫn với màu tím hoa muống đất và màu lục của hoa thanh tú, cộng với màu mai cuối xuân vẫn còn rạng rỡ, tạo điểm nhấn sáng ngời cho cả mảnh vườn. Rồi cây cau kiểng be bé xinh xinh vươn thẳng người bên cạnh chậu ngân hậu và đuôi phụng xanh mướt, mà lá của nó sẽ làm phông nền cho những lẵng hoa của tôi cắm sau này. Mấy chậu sống đời sắp trổ hoa lần thứ tư, đủ màu cam, hồng, vàng. Gác trên thành ban-công là mấy chậu xương rồng khiêm tốn, không choán chỗ mà lại không cần tưới tắm gì vẫn ung dung nảy thêm cả chùm con cháu nho nhỏ đầy gai! Thú vị nhất là chậu hoa bèo nuôi bằng lớp bùn do chính thầy Quang Hạnh móc trong ao chùa đem từ Long An lên "tặng". Tấm lòng ấy làm sao dám bỏ. Ui chu choa, khó mà chọn lựa cho vừa! Rau cải và hoa, thứ nào cũng cần như nhau. Ăn cải thì no nhưng ngắm hoa thì sung sướng lắm. Hạnh phúc đâu thể chỉ có một bề!

Cuối cùng thì cũng chọn được vài cây để tỉa, chủ yếu là những loại nào có hai chậu thì bớt đi một, coi như "giảm biên chế". Và đặt được vài cái khay để gieo hạt giống. Gieo hạt cải xanh, mồng tơi và rau muống. Mỗi ngày chính tay tôi tưới hai lượt, không dám để cho lũ nhỏ tưới, sợ chúng tưới ít sẽ khô đất mà quá nhiều cũng bị úng, hư mầm. Mấy ngày trời cứ săm soi, trông đợi...

Ba ngày sau... Những hạt cải nhú lên trước tiên. Chà, mấy cái hạt li ti như bụi vậy mà khoẻ gớm, chúng đẩy lớp đất vồng lên như ngọn đồi, rồi hôm sau mới hí hí cái đầu vàng vàng của chúng ra. Đến chiều, đám "tóc" vàng ấy biến thành hai cái lá xanh mởn và cái thân thì đã cao hơn 3 cm, nhỏ như cọng tăm. Lẹ thiệt. Cả cái khay phủ màu xanh li ti non nớt, khiến lòng mình rung động như đang nâng niu những em bé sơ sinh. Lũ trẻ trong nhà cũng reo lên sung sướng. Và tụi nó mơ màng trong một viễn cảnh giàn mồng tơi sẽ quấn quanh mấy thanh lan can inox, mỗi ngày mình sẽ ra hái lá nấu canh, còn cải và rau muống thì đem xào và... xuất khẩu.

Dự án tiếp theo là trồng đậu đũa cho trái rủ xuống tận tầng trệt. Giám đốc công ty Rau sạch Hoàng Kim sẽ làm giàu, ha ha ha. Căn nhà rộn tiếng cười. Cây chưa lên mà đời đã rất xanh!

Tuần sau tôi bắt đầu dạy lại lớp Phật học cho các em sinh viên đã qua kỳ nghỉ tết. Lại tiếp tục một cuộc ươm mầm khác, xanh hơn...

BÚP BÊ

Con trai 18 tuổi, mẹ vẫn âu yếm gọi là "*búp bê*". Con không mắc cỡ, đi học về quăng cặp, dụi đầu hôn mẹ thật kêu. Tối trước khi đi ngủ cũng đưa má mẹ hôn. Búp bê ơi! Búp bê à! Khách tới nhà nghe vậy phì cười, nhưng riết rồi quen. Khách cũng gọi "*búp bê*" mà nghe lòng bâng khuâng ký ức tuổi thơ...

Ai không có một tuổi thơ nũng nịu bên mẹ? Tuổi thơ khắc vào trái tim người ta những ngọt ngào, êm ái. Rồi người ta lớn lên, cố làm ra vẻ một kẻ trưởng thành, vững chãi, tự tin, nhưng thật sự trong tận cùng trái tim vẫn thèm một chút gì âu yếm của mẹ, chiều chuộng của cha. Cho nên người ta tìm tới tình yêu, để được nâng niu như thế. Người yêu vỗ về những lúc ta yếu đuối, an ủi những lúc ta thất bại, động viên những lúc ta thành công... Ta khác nào "*búp bê*" trong vòng tay của người yêu, như ngày xưa là "*búp bê*" trong lồng ngực ấm áp của mẹ cha. Trong ta ẩn giấu một đứa bé không bao giờ lớn, một đứa bé thèm khát tình thương. Và thật sự, chỉ khi nào đứa bé ấy được yêu thương thì nó mới có khả năng yêu thương người khác, nghĩa là nó được dạy cho tình yêu thương từ người thầy đầu tiên là cha mẹ.

Có người bảo tôi làm như vậy thì con tôi sẽ trở nên yếu đuối. Tôi lại nghĩ, chính tình thương tôi trang bị cho con sẽ là sức mạnh cả đời. Khi nó có năng lực cho đi và đón nhận lòng yêu thương thì nó sẽ vượt qua tất cả khó khăn. Bởi trên hết, đó còn là lòng tin vào con người, lòng tin vào cuộc đời. Tin rằng cuộc đời vẫn còn cái tốt, người tốt, thì nó sẽ tiếp tục hướng về mặt trời mà đi, quay lưng với cái xấu. Trái tim mềm mại, dễ vỡ, nhưng trái tim cũng mạnh mẽ vô song, sẽ dẫn người ta đến tận cùng chân lý.

Và những lúc vui đùa, tôi thường ghẹo búp bê: "Ai sáng chế ra con búp bê này hay quá ta! Búp bê biết chạy xe đạp đi học ngay từ cấp 2, không cần mẹ đưa đón. Biết thay ổ điện khi mẹ vắng nhà. Biết sửa máy vi tính khi mẹ làm rối beng các chương trình. Biết lau nhà khi mẹ đi làm về mệt mỏi. Thậm chí còn chiên trứng cho mẹ ăn khi bận họp không thời gian đi chợ. Và búp bê biết đọc sách của Mạc Ngôn, Victor Hugo, nghe nhạc Trịnh Công Sơn, Phạm Duy... Ái chà, ai mua con búp bê này một tỷ đồng cũng không bán nhé!"

Thế đấy, con chỉ là búp bê của mẹ thôi. Không vội gì gồng mình làm người lớn khi con còn có thể dụi đầu vào lòng mẹ. Khoảnh khắc tuổi thơ rồi sẽ trôi qua rất mau, người ta còn có năm sáu chục năm làm người lớn với bao nhiêu cay đắng giữa cuộc đời...

BONG BÓNG BAY

Con trai tôi mười tuổi. Vậy mà mỗi lần chiếc xe bán bong bóng đẩy ngang cửa, tôi lại là người chạy ra trước nhất, và dụ con: "Con chơi bong bóng nghen!" Thằng bé gật đầu liền.

Hai mẹ con ríu rít lựa. Mẹ đòi chiếc bóng xanh, con đòi chiếc bóng đỏ. Mẹ đòi con thỏ, con thích chú mèo... Những buổi chiều đầy mây giăng ngang góc phố, và những chiếc bong bóng cũng bập bềnh chao qua chao lại như những cụm mây...

Hai mẹ con tôi chuyền tay nhau chiếc bóng, thả sợi dây dài ra cho bóng lên cao rồi ngửa mặt nhìn. Có lần, người bán dán vào chiếc bóng tròn màu đỏ một chiếc đuôi giấy xoăn xoăn, hai bên có thêm hai miếng hình tam giác, và một chấm tròn xoe phía trước làm đôi con mắt. Con reo lên: "Giống con chim quá mẹ ơi!". Mẹ lại bảo: "Cũng giống con cá nóc mít. Con biết không, hồi đó nhà ngoại dưới quê nghèo lắm, mẹ và cậu Dũng phải đi xúc cá, xúc tép về ăn. Thỉnh thoảng bắt được con cá nóc mít thì thật vui. Nó cắn là cụt ngón tay, nên ai cũng sợ. Nhưng khi nó phình bụng ra lại tròn vo dễ thương. Cả nhà không ăn thịt nó, mà bỏ vào thau nước coi nó lội chơi, rồi thả nó xuống sông." Con tôi mơ màng: "Vậy con cũng gọi đây là cá nóc mít. Mẹ ơi, bây giờ mình thả nó vào thau nước nhé." Hai mẹ con buộc chiếc bóng vào cây đinh trên tường. Sợi dây căng ra, và mỗi khi ngọn gió từ quạt máy thổi tới, chiếc bóng mặc tình xoay lượn. Phất phơ cái đuôi xoăn xoăn, quạt quạt cặp vây hình tam giác, đôi mắt phản chiếu ánh đèn cứ tròn xoe, tròn xoe... Con tôi vỗ tay: "A, con cá nóc mít của mình đang lội kìa mẹ!" Tôi lấy ngón tay đẩy chiếc bóng.

Thằng bé hốt hoảng: "Mẹ, nó cắn cụt tay đó!" Hai mẹ con phì cười, ngồi ngắm "con cá" bơi lội tung tăng...

Ông mặt trời khuất sau những dãy nhà lầu cao cao. Chiều chỉ còn đọng lại những cụm mây tím buồn ngơ ngẩn. Con tôi thì thào: "Mẹ, mình thả nó xuống sông đi!" Tôi mở sợi dây khỏi cây đinh rồi mang con cá nóc mít ra hè đường. Xe cộ chạy như mắc cửi, những gánh hàng rong bày chật lối đi... Hai mẹ con nắm chặt sợi dây cho con cá len lên được khoảng trời rộng trên đầu. Nào, một, hai, ba... Thả nhé! Con cá sựng lại một giây rồi từ từ cất mình lên cao. Lắc lư cái thân tròn vo, xoay xoay cái đuôi, phất phơ cái vây... Hai mẹ con tôi vẫy tay chào nó. Chẳng mấy chốc trên nền trời thẫm tím chỉ còn lại một chấm nhỏ xíu đỏ rực như tia nắng mặt trời không bao giờ tắt...

Tôi bỗng ước ao con tôi không bao giờ lớn...

BẠN CŨ

Hai mươi sáu năm rời mái trường trung học y tế Long Xuyên, bạn bè gần như "biệt tích". Nhân dịp đám cưới con anh bạn trong lớp, cũng tổ chức tại Long Xuyên, cả bọn nhất quyết phải họp mặt cho bằng được. Thế là săn tìm số điện thoại của nhau, gọi điện, mời mọc, thúc hối... Cuối cùng, được chừng ba mươi đứa có mặt, coi như đạt hai phần ba sĩ số. Thôi, "quá bán" đã là thành công!

Hai mươi sáu năm, thời gian đủ làm phai nhoà ký ức, xoá đi những gương mặt thân quen giữa bộn bề cát bụi trần gian. Cho nên, gặp lại nhau có đứa đứng sững hồi lâu không nhớ nổi tên bạn. Thậm chí không nhớ nổi gương mặt này đã từng ngồi chung lớp. Hic, ra đường dám... chửi lộn lắm à! Nhưng rồi cũng nhận ra nhau, thế là nhảy cỡn lên, hét ầm ĩ. Nhiều đứa nói thiệt tình cả đêm không ngủ được vì nôn nóng. Những đứa ở rất xa hơn 200, 300 cây số đã định không về, nhưng cũng ráng tranh thủ, bây giờ thở phào, nếu không về thì thực sự hối hận.

Bạn cũ, mở danh sách ra xem, đứa còn đứa mất. Anh bạn mắt kính cận ra đi trước tiên, chỉ sau mấy năm tốt nghiệp. Một cuộc đời rất buồn, cô đơn, sinh ra bê tha, nhậu nhẹt. Một chị hiền thục, dịu dàng cũng ra đi, nghe đâu do bệnh nặng. Một anh bạn cao kều, mảnh khảnh cũng không còn. Và vài đứa khác không họp mặt được vì đang nằm dưỡng bệnh. Ôi, sanh lão bệnh tử, lẽ đời đâu lạ! Nhưng vẫn bùi ngùi, da diết. Còn những gương mặt khác biệt tăm, không biết nơi đâu. Vài đứa nghe tin tha phương cầu thực xứ người, có khi cách hai đầu đất nước, có khi cách cả một đại dương. Không biết bao giờ gặp lại!

Bạn cũ, nhắc lại chuyện "*khi xưa ta bé ta ngu...*". Đứa nào yêu đứa nào, đứa nào đã nên duyên và đứa nào gãy gánh giữa đường. Có thằng bạn hồi xưa ốm nhách mà khoái con nhỏ mập ù, nên cả phòng ghẹo là "*thằn lằn ôm cột đình*". Bây giờ hai đứa nhìn nhau rúc rích cười, bởi thằng bạn bây giờ lại mập ù còn con nhỏ thì ốm lại. Thằng bạn khác lau chau nhất phòng cứ hay cãi lộn với con nhỏ "*trẻ nít*" nhất phòng, không ngờ lấy nhau lại hạnh phúc bền vững. Còn hai đứa học giỏi nhất nhì trong lớp, yêu thương khắng khít vô cùng lại ly dị sớm nhất. Thằng bạn không đi họp mặt, không biết có phải lý do "*bận việc nhà*" hay là không muốn gặp lại người xưa. Còn con nhỏ tưởng như dữ dằn nhất trong bọn không ngờ lại có chữ "nhẫn" vô song, một mình nuôi con để chồng di du cùng vợ bé. Một đứa khác, chồng mới chết, chắc đang ngồi nhà gặm nhấm nỗi buồn...

Ôi, chuyện tình thời sinh viên, ngọt ngào và cay đắng, sum họp và chia ly, dẫu sao vẫn cứ rạng rỡ, khó quên. Kể cả những mối tình đơn phương, không dám hé môi, bạn bè vẫn nhắc lại như một nét son thật đẹp. Bởi tuổi trẻ không bao giờ trở lại, trái tim dù rung động lần hai, lần ba vẫn không thể trong veo như lần đầu rung động...

Bạn cũ, ngồi bên nhau nói mãi không thôi, bàn tiệc dọn ra hình như y nguyên, không mấy ai đụng đũa. Chả bù cho ngày xưa ở ký túc xá, ăn cơm bông cỏ, húp canh "toàn quốc", xăn quần lội ba ngày mới đụng cọng rau. Cái thời mỗi tháng mua được con cá hay miếng thịt tem phiếu là coi như ăn cỗ. Hè nhau đem ra khu đất trống sau trường mà nấu nướng. Cái nồi nhôm móp méo là cả một gia tài, chỉ cần lượm thêm những miếng gỗ vụn đâu đó là đủ ca bài *Nổi lửa lên em*.

Nhiều đứa bạo gan, quạt than ngay trong phòng nấu luôn, bảo vệ có đi ngang thì lật đật giấu. Cái thời lúc nào cũng đói, cũng thèm ăn, bây giờ lại kiêng ăn, sợ béo. Vậy là no đủ, là mừng. Nghe có đứa cất nhà lầu hai ba tầng, nhìn kiểu cách xài di động xịn, biết bạn mình khá giả, bụng rất vui!

Bạn cũ, cuộc đời rẽ theo mỗi hướng khác nhau. Có đứa đã học lên thành bác sĩ, có đứa giậm chân tại chỗ, thậm chí có đứa bỏ nghề, nên ngồi lặng lẽ đắm mình trong khói thuốc. Nhìn lại lớp y bây giờ đủ cả công an, chủ tịch, nhà báo, chủ tiệm tạp hoá, quán kem, tài xế xe hơi, chủ khách sạn mini... thôi kệ, cũng vui! Miễn sao bạn mình sống hạnh phúc là được rồi.

Nhưng nhân cách và tài năng hình như cũng thay đổi theo thời gian. Trong cùng cơ quan, đứa này lại trở thành thủ trưởng của đứa kia, đôi khi khó xử. Đứa lại quen thói quan cách, tiếp chuyện bạn mà vẫn ngả người trên ghế thủ trưởng trong khi bạn lại ngồi nơi bàn nước ở xa xa. Bạn tức cười, không trách, biết nó vô ý mà thôi. Một cô bạn hồi nào ăn nói vụng về nhưng giờ lại trở thành "*cô giáo*" tập huấn chuyên môn cho xã, huyện, tự nhiên dính vào nghiệp sư phạm. Một cô khác hồi nào hiền như đất giờ lại dám chống tiêu cực, đối đầu với sếp của mình. Thằng bạn đẹp trai thì râm ran dư luận là "*bồ nhí*" tùm lum... Chạnh lòng, thầm mong đừng có ai sa ngã, xin cứ giữ mãi trái tim trong trắng của ngày xưa...

Cuối cùng, nhìn bạn, chợt thương. Gương mặt nào cũng thấp thoáng vết thời gian. Có đứa được khen "trẻ, đẹp", nhưng thật ra chỉ là so sánh với đứa già hơn mà thôi, chứ làm sao trẻ đẹp như xưa! Chỉ cần bạn cười là thấy dấu chân chim. Và mái tóc cũng lẫn nhiều sợi bạc. Nhìn gương mặt gầy của cô bạn gái, hiểu nó đã bôn ba thế nào để kiếm tiền nuôi cả gia đình. Thấy cái trán hói của thằng bạn cũ, hình dung nó phải gồng gánh cả một cơ quan và con đường hoạn lộ. Thôi thì cứ hồn nhiên chấp nhận tuổi già, và dũng cảm khoe đã lên chức sui gia hoặc nội ngoại. Cuộc đời đã hằn dấu vết lên mỗi người, hạnh phúc hay đau khổ đều hiển hiện, làm sao giấu được.

Cho nên, vui được chút nào mừng chút đó, để hôm sau lại trở về với bổn phận, với miếng cơm manh áo, lại cất tình bạn vào một ngăn kéo nào đó của ký ức. Lúc chia tay không khóc, mà xe lăn bánh nước mắt mới rơi...

LỐI XƯA XE NGỰA...

Lối xưa xe ngựa hồn thu thảo
Nền cũ lâu đài bóng tịch dương...

Câu thơ tôi học từ mấy chục năm trước chợt ùa về... Buổi trưa, nắng len qua kẽ lá nhà vườn, xứ Tiền Giang đón chào du khách... Sau những đoạn dài len lỏi vào vườn nhãn, vườn dừa, ai nấy thấm vui và cũng... thấm mệt. Thế là ban tổ chức mời mọi người bước lên mấy cỗ xe ngựa đậu dài trên con lộ nhỏ. Từ lộ ra ghe chừng 500 mét, đi bộ thì mỏi chân, thôi thì leo lên xe, hưởng cái thú ngồi lắc lư nghe ngựa gõ móng lộc cộc, đầu trùm nón lá quê hương, mắt tròn xoe lướt qua hàng cây xanh mướt ven bờ, tưởng mình đang trở về quá khứ, tạm quên những nỗi nhọc nhằn cơm áo chốn thị thành bề bộn phồn hoa...

Nhưng rồi, tôi lại chạnh lòng. Cái trái tim hình như chưa bao giờ chịu nằm yên trong lồng ngực, dẫu khi người ta đang cố tạo cho mình một không gian vui vẻ. Mình cứ chòi đạp ra ngoài tiếng cười nói ồn ào, cứ căng mắt nhìn thấy những cảnh đời chật vật, ưu tư. Con ngựa vừa gõ móng được vài phút, tôi đã dán mắt vào tấm lưng của nó đang oằn xuống vì sức nặng của 4 người khách và 1 người chủ xe. Cái đầu nó sao mãi chúi vào mặt đất, lầm lũi chạy, lầm lũi kéo, lầm lũi trả nợ đời. Tôi thảng thốt nhận ra đó không phải là hình ảnh oai hùng như những chú ngựa trong phim, tung bốn vó trên thảo nguyên mênh mông, hay lướt gió nơi trường đua danh tiếng. Đâu là những con chiến mã lẫm liệt? Đâu là những phận ngựa tôi đòi?

Tôi buột miệng hỏi anh chủ ngựa. Thì ra, nó là con ngựa mồ côi mẹ từ thuở lọt lòng. Mẹ nó là ngựa đua Phú Thọ, vừa sinh con ra đã chết, nên nó thiếu sữa, bị suy dinh dưỡng nặng, người ta loại ra, đem bán. Và nó trở thành ngựa kéo xe, vô danh tiểu tốt nơi góc quê này. Nhưng không hiểu nó có biết buồn hay không, chứ cái người buồn lo lại chính là anh chủ ngựa. Từ chuyện ngựa, tôi bắt sang chuyện người, mới hiểu cái đời đánh xe thuê như anh cũng vất vả ngày hai bữa cơm không đủ no. Chặng đường như thế, anh chỉ thu 5.000 đồng một người khách, 4 người được 20.000 đồng, trừ tiền lúa cho ngựa, tiền thuế đóng cho nhà nước, còn lại chừng hơn 10.000 đồng. Ngày nào khách đông thì được khoảng 3, 4 chuyến, hôm nào vắng, cả người lẫn ngựa đói dài.

Trên tuyến đường ngắn ngủn ấy có cả chục chiếc xe, giờ nghỉ bớt vì không kham nổi. Và những chiếc xe còn lại cầm cự với một niềm vui duy nhất là đem lại những nụ cười cho du khách. Nhìn thấy họ như trẻ con, anh chủ xe cũng thấy vui lây. Cho nên khi tôi "phỏng vấn" tới tấp, chỉ nghe anh kể với giọng đều đều, không than không thở.

Chỉ có tôi là thở dài, len lén thở dài. Cuộc vui ngắn chẳng tày gang. "*Lối xưa xe ngựa hồn thu thảo...*" Tiếng móng gõ vào tuổi thơ vô tư, giờ bỗng lạc điệu lạc hồn. Rồi chợt nghĩ, hình như đời mình cũng như đời ngựa, lầm lũi chạy áo chạy cơm, chạy nhà chạy cửa, chạy lớp chạy trường... Chạy mãi đến khi chồn chân mỏi gối mới thôi...

Tôi xuống xe, bồi hồi vuốt bờm chú ngựa nâu vàng nhẫn nhịn. Chiếc xe lại tiếp tục kéo thêm lượt khách mới. Tôi trở về thành thị, tiếp tục những đoạn đường dài cơm áo... Tiếng gõ lộc cộc cứ vang lên trên "*nền cũ lâu đài bóng tịch dương...*"

MỤC LỤC

Phần II. Hương Đạo Tình Đời

Lời thưa

Trong kinh Pháp Cú, đức Phật dạy rằng: "Pháp thí thắng mọi thí." Thực hành Pháp thí là chia sẻ, truyền rộng lời Phật dạy đến với mọi người. Mỗi người Phật tử đều có thể tùy theo khả năng để thực hành Pháp thí bằng những cách thức như sau:

1. Cố gắng học hiểu và thực hành những lời Phật dạy. Tự mình học hiểu càng sâu rộng thì việc chia sẻ, bố thí Pháp càng có hiệu quả lớn lao hơn. Nên nhớ rằng **việc đọc sách còn quan trọng hơn cả việc mua sách**.

2. Phải trân quý kinh điển, sách vở in ấn lời Phật dạy. Khi có điều kiện thì mua, thỉnh về nhà để tự mình và người trong gia đình đều có điều kiện học hỏi làm theo. Không nên giữ làm của riêng mà phải sẵn lòng chia sẻ, truyền rộng, khuyến khích nhiều người khác cùng đọc và học theo. Không nên để kinh sách nằm yên đóng bụi trên kệ sách, vì **kinh sách không có người đọc thì không thể mang lại lợi ích**.

3. Tùy theo khả năng mà đóng góp tài vật, công sức để hỗ trợ cho những người làm công việc biên soạn, dịch thuật, in ấn, lưu hành kinh sách, **để ngày càng có thêm nhiều kinh sách quý được in ấn, lưu hành**.

Thông thường, việc chi tiêu một số tiền nhỏ không thể mang lại lợi ích lớn, nhưng nếu sử dụng vào việc giúp lưu hành kinh sách thì lợi ích sẽ lớn lao không thể suy lường. Đó là vì đã giúp cho nhiều người có thể hiểu và làm theo lời Phật dạy. Mong sao quý Phật tử khắp nơi đều lưu tâm đóng góp sức mình vào những việc như trên.

TINH YẾU THỰC HÀNH PHÁP THÍ

- Mua thỉnh kinh sách về đọc, tự mình sẽ được rất nhiều lợi ích.

- Chia sẻ, truyền rộng bằng cách cho mượn, biếu tặng kinh sách đến nhiều người thì lợi ích ấy càng tăng thêm gấp nhiều lần.

- Đóng góp công sức, tài vật để hỗ trợ công việc biên soạn, dịch thuật, giảng giải, in ấn, lưu hành kinh sách thì công đức lớn lao không thể suy lường, vì có vô số người sẽ được lợi ích từ việc lưu hành kinh sách.

www.ingramcontent.com/pod-product-compliance
Lightning Source LLC
LaVergne TN
LVHW090412210926
848480LV00002B/537